ശാസ്ത്രം
കൗതുക കഥകൾ

sastram kauthuka kadhakal

•

t k kochunarayanan

•

chitha first edition
february 2009

•

second impression
january 2021

•

published
chintha publishers, thiruvananthapuram

•

typesetting
vega graphics, thiruvananthapuram

•

cover
arun gokul

വിതരണം

ദേശാഭിമാനി ബുക്ക് ഹൗസ്
H O തിരുവനന്തപുരം–695 035
phone: 0471-2303026, 6063026
www.chinthapublishers.com
chinthapublishers@gmail.com

ബ്രാഞ്ചുകൾ

ഹെഡ്ഡാഫീസ് ബ്രാഞ്ച് കുന്നുകുഴി • സ്റ്റാച്യു തിരുവനന്തപുരം • കെ എസ് ആർ ടി സി ബസ് സ്റ്റേഷൻ ആലപ്പുഴ • കെ എസ് ആർ ടി സി ബസ് സ്റ്റേഷൻ എറണാകുളം • മച്ചിങ്ങൽ ലെയ്ൻ തൃശൂർ • ഐ ജി റോഡ് കോഴിക്കോട് • മാവൂർ റോഡ് കോഴിക്കോട് • എൻ ജി ഒ യൂണിയൻ ബിൽഡിങ് കണ്ണൂർ • സെൻട്രൽ ബസ് ടെർമിനൽ കോംപ്ലക്സ് താവക്കര കണ്ണൂർ

CO - 1259 / 2179
ISBN - 978-81-26202-13-3

ശാസ്ത്രം
കൗതുക കഥകൾ

ടി കെ കൊച്ചുനാരായണൻ

ചിന്ത പബ്ലിഷേഴ്സ്
തിരുവനന്തപുരം-695 035

ടി കെ കൊച്ചുനാരായണൻ

ശാസ്ത്രസാഹിത്യകാരൻ, ചെറുകഥാകൃത്ത്, ഗ്രന്ഥകർത്താവ്, എഡിറ്റർ, ടിവി അവതാരകനും സംവിധായകനും.

പാലക്കാട് ജില്ലയിലെ ഒറ്റപ്പാലത്ത് ജനനം (1945).

ഗണിതത്തിൽ ബിരുദാനന്തരബിരുദം. ആദ്യത്തെ സമ്പൂർണ വിജ്ഞാനകോശമായ എസ് പി സി എസിന്റെ വിശ്വവിജ്ഞാന കോശത്തിൽ അസി. എഡിറ്ററായി ഔദ്യോഗിക ജീവിതം ആരംഭിച്ചു (1969).

2000-ൽ കേരളഭാഷാ ഇൻസ്റ്റിറ്റ്യൂട്ടിൽ നിന്ന് അസി. ഡയറക്ടറായി വിരമിച്ചു. സി-ഡിറ്റ് (ചീഫ് പ്രൊഡ്യൂസർ), വൈലോപ്പിള്ളി സംസ്കൃതി ഭവൻ (പ്രഥമ വൈസ് ചെയർമാൻ), മാനവീയം സാംസ്കാരികമിഷൻ (ഭരണസമിതി അംഗം) എന്നീ നിലകളിൽ പ്രവർത്തിച്ചു. കേരളശാസ്ത്ര സാഹിത്യ പരിഷത്തിൽ പ്രസിദ്ധീകരണ-സംഘടനാ രംഗത്ത് 1969 മുതൽ പ്രവർത്തിച്ചു.

ആധുനിക ജ്യാമിതികൾ, കണക്ക് വരയും കുറിയും, ഗണിതം ചിരിയും ചിന്തയും, ഗണിതം ഫലിതം, നൂറ്റിയൊന്ന് കുസൃതിക്കണക്കുകൾ, കുട്ടിമാഷും കുട്ടിക്കണക്കും, പത്തുപത്തുകൾ, കുസൃതിക്വിസ്, ഗണിതവിനോദം, രസിക്കാം പഠിക്കാം, കണക്ക് കളിയും കാര്യവും, കണക്ക് എരിവും പുളിയും എന്നിവ കൃതികളിൽ ചിലത്.

ഒഴുക്കിന്റെ അശാന്തത എന്ന ഡോക്യുമെന്ററി അടക്കം എസ് എസ് എൽ സി 2002, ജ്യോതിർഗമയ, തലമുറകൾ, തുപ്പൽ, കാരുണ്യം, മിത വ്യയം, വായനാശീലം, ഗണിതതത്ത്വങ്ങൾ, തപാൽസമ്പ്രദായം, റെയിൽവെ, ശബ്ദമാലിന്യം, ഒന്നൊന്നെങ്ങനെ എഴുതാം, ത്രികോണമിതി, ഇം എം എസും കുട്ട്യോളും, കൊടുങ്ങല്ലൂർ, കുസൃതിക്കണക്കുകൾ, കിഴ ക്കിന്റെ ജാലകം, മാനവീയം ഡയറി, പാലക്കാടൻ ചുരം, സാമ്പത്തിക ഗണിതം, ഐ.ടി. ഡൈജസ്റ്റ് തുടങ്ങി നിരവധി വീഡിയോ പ്രോഗ്രാമുകൾ സംവിധാനം ചെയ്തു.

കണക്ക് എരിവും പുളിയും എന്ന കൃതിക്ക് ഏറ്റവും മികച്ച പോപ്പുലർ സയൻസ് ഗ്രന്ഥത്തിനുള്ള 1997ലെ സംസ്ഥാന സർക്കാർ അവാർഡ് ലഭിച്ചു.

ഭാര്യ   : എം ബീന
മക്കൾ   : ടി കെ രാജീവ്, ടി കെ പാർവതി
ഇ-മെയിൽ   : kochutk@gmail.com

ഉള്ളടക്കം

1

ബീൻസ് കഴിക്കാത്ത ഗണിതജ്ഞൻ

ക്രിസ്തുവിനു മുമ്പ് ആറാം നൂറ്റാണ്ടിൽ ജീവിച്ചിരുന്ന ഗ്രീക്ക് ഗണിതപ്രതിഭയും ഒരത്ഭുതവും വിസ്മയവും ആയിരുന്നു പിഥഗോറസ്. അദ്ദേഹത്തിന്റെ ജീവിതത്തെക്കുറിച്ച വിവരങ്ങൾ അപൂർണമാവുക തികച്ചും സ്വാഭാവികംമാത്രം. ഉള്ളവയാകട്ടെ ഐതിഹ്യങ്ങളിലും കെട്ടു കഥകളിലും മൂടിപ്പൊതിഞ്ഞവയും ആണ്. 'സംഖ്യയെസംബന്ധിക്കുന്ന തർക്കശാസ്ത്രം' എന്ന ആശയം വികസിപ്പിച്ചെടുത്തതിൽ പൈഥഗോറ സിന്റെ പങ്ക് വലുതാണ്. ഗണിതത്തിലെ ആദ്യസുവർണകാലഘട്ടത്തിന്റെ കുലപതിയാണിദ്ദേഹം എന്നതും തർക്കമറ്റ കാര്യം തന്നെ. എണ്ണു വാനും കണക്കുകൂട്ടുവാനും മാത്ര മുള്ളതല്ല സംഖ്യകൾ എന്ന തിരി ച്ചറിവുണ്ടായി സംഖ്യകളുടെ യഥാർഥ ആർജവം മനസിലാക്കി ലോകസമക്ഷം അവതരിപ്പിച്ച ധിഷ ണാശാലിയായിരുന്നു അദ്ദേഹം.

ഇരുപതുവർഷത്തിൽ പരം നീണ്ടുനിന്ന രാജ്യാന്തര യാത്രകൾ പിഥഗോറസ് നടത്തിയതായും വിശ്വ സിക്കപ്പെടുന്നു. ഇക്കൂട്ടത്തിൽ അദ്ദേഹം ഭാരതവും ബ്രിട്ടനും സന്ദർശിച്ചു എന്നും അഭിപ്രായപ്പെ ടുന്ന ചരിത്രകാരന്മാരുണ്ട്. സംഖ്യ കളുടെ ഗുണധർമങ്ങൾ, അവ തമ്മി

പിഥഗോറസ്

ലുള്ള പരസ്പരബന്ധം ഇവയും അദ്ദേ ഹത്തെ ആകർഷിച്ചു. സുവ്യക്തത യുള്ള ഈ ലോകത്ത് സംഖ്യകൾ സർവസ്വതന്ത്രമായി നിലനിൽക്കുന്നു എന്നദ്ദേഹം കരുതി. സംഖ്യകളെക്കു റിച്ച് അന്നുണ്ടായിരുന്ന മുൻധാരണ കളെ ഇത് തകിടം മറിച്ചു.

ഇന്നത്തെ തുർക്കിയുടെ ഭാഗമാ യിരുന്ന 'സാമോസിൽ' ആണ് പിഥഗോ റസിന്റെ ജനനം. മുന്തിരി, തേൻ, ഒലീവ് തുടങ്ങിയ കാർഷിക ഉൽപ്പന്നങ്ങൾ സമൃദ്ധിയായുള്ള ഇവിടം 1980 കൾക്കു ശേഷം ഒരു വിനോദസഞ്ചാരകേന്ദ്ര മായി വളർന്നുകൊണ്ടിരിക്കുന്നു. പുരാ തന അയോണിക സംസ്കാരത്തി ന്റെയും പ്രൗഢിയുടെയും സിരാകേന്ദ്ര

തിയോഡോറസ്

മാണ് സാമോസ്. വാസ്തുവിദ്യാവിദഗ്ധനും ശിൽപ്പിയും ആയ തിയോ ഡോറസ് (ബി സി ആറാം നൂറ്റാണ്ട്), പിഥഗോറസ്, എപിക്യൂരിയൻ ചിന്താ സരണിയുടെ പ്രയോക്താവ് എപിക്യൂരസ് (ബി സി നാലാം നൂറ്റാണ്ട്), ഗണിതജ്ഞനും ജ്യോതിശ്ശാസ്ത്രജ്ഞനും ആയ അരിസ്റ്റാർക്കസ് (ബി സി മൂന്നാം നൂറ്റാണ്ട്) തുടങ്ങി ഒട്ടേറെ മനീഷികൾ സാമോസിൽ ജീവിച്ചിരുന്നു.

പുരാതന യവന ചിന്തകനായ പിഥ ഗോറസിനെക്കുറിച്ച് നിങ്ങൾ ധാരാളം കേട്ടുകാണും. പ്രസിദ്ധമായ മട്ടത്രികോണ പ്രമേയത്തിന്റെ ഉപജ്ഞാതാവായ പിഥ ഗോറസ് തന്നെ. ഗണിതശാസ്ത്രജ്ഞൻ, തത്വചിന്തകൻ, മതപ്രവാചകൻ എന്നീ നിലകളിൽ രസാധ്യ വ്യക്തിമുദ്ര പതി

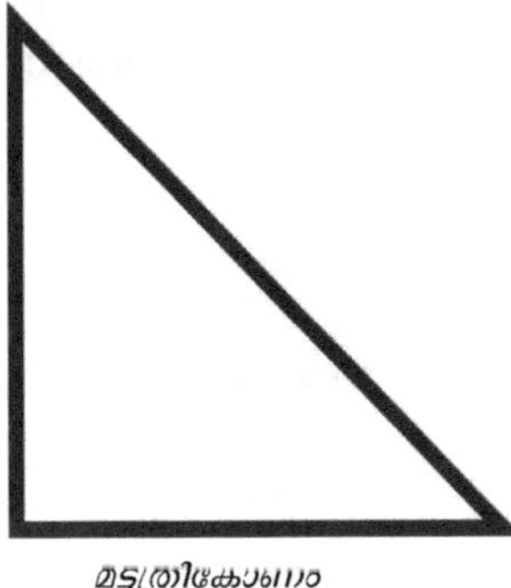

മട്ടത്രികോണം

പ്പിച്ച, പ്രതിഭാധനനായ പിഥഗോറസിനെക്കുറിച്ച് രസകരങ്ങളായ ഒട്ടേറെ കഥകൾ പറഞ്ഞുവരുന്നുണ്ട്.

ഇക്കഥകളെല്ലാം നൂറുശതമാനവും വാസ്തവമാണെന്ന് ആരും അവകാശപ്പെടുന്നില്ല. ക്രിസ്തുവിന് അറുനൂറ് കൊല്ലംമുമ്പ് ജീവിച്ചിരുന്ന അദ്ദേഹത്തിന്റെ ജീവിതകാല സംഭവങ്ങൾ എല്ലാം തികച്ചും തെളിവുക ളോടുകൂടിയതാവണം എന്നു ശഠിക്കുന്നതും ശരിയല്ലല്ലോ.

വളരെയധികം പാരമ്പര്യം അവകാശപ്പെടാവുന്ന സമ്പന്നമായ ഒരു

പ്രഭുകുടുംബത്തിലാണ് അദ്ദേഹം ജനിച്ചത്. അമ്മയുമായി വളരെയധികം അടുപ്പമായിരുന്നു അദ്ദേഹത്തിന്. അതുകൊണ്ടുതന്നെ പഠന കാര്യ ങ്ങൾക്കായി വേറിട്ടുനിൽക്കേണ്ടിവന്നപ്പോഴൊക്കെ അമ്മയും മകനും വള രെയധികം ദുഃഖിച്ചു.

പുരാതന കാലത്തെ ഏറ്റവും മഹാനായ ഗണിതശാസ്ത്രജ്ഞൻ എന്ന് ആരും അദ്ദേഹത്തെ വിശേഷിപ്പിക്കുന്നില്ലെങ്കിലും ഏറ്റവുമധികം സംസാരിക്കപ്പെട്ട ഗണിതശാസ്ത്രജ്ഞനായിരുന്നു പിഥഗോറസ് എന്ന തിൽ തർക്കമില്ല.

സ്ത്രീകളോടുള്ള പരിഗണന

സാമോസിലായിരുന്ന കാലത്ത് അദ്ദേഹത്തിന്റെ പ്രസംഗം കേൾക്കു വാൻ ജനങ്ങൾ തിങ്ങിക്കൂടിയിരുന്നു. നൂറുകണക്കിന് ശിഷ്യർ അദ്ദേഹ ത്തിനുണ്ടായിരുന്നു. സ്ത്രീകളും ശിഷ്യരായിട്ട് ഉണ്ടായിരുന്നു എന്നത്

പ്രത്യേകം ശ്രദ്ധിക്കപ്പെടേണ്ട വസ്തുതയാണ്. പ്ലേറ്റോക്ക് രണ്ടു നൂറ്റാണ്ടുകൾക്കു മുമ്പുതന്നെ, സമൂ ഹത്തിൽ സ്ത്രീക്കും പുരുഷനും തുല്യസ്ഥാനം ഉണ്ടെന്ന് അദ്ദേഹം പ്രസ്താവിച്ചു. പ്രസംഗിച്ചതെന്തോ അതു പ്രാവർത്തികമാക്കിയ വ്യക്തി യായിരുന്നു പിഥഗോറസ്. സ്ത്രീ കൾക്ക് തത്വചിന്തയിലും സാഹിത്യ ത്തിലും അദ്ദേഹം പ്രത്യേകം പരിശീ ലനം കൊടുത്തു. പിഥഗോറസിന്റെ കാലത്ത് സ്ത്രീകൾ സമൂഹത്തിൽ മാന്യമായ സ്ഥാനം നേടിയെടുത്തിരു ന്നു. മൽസ്യം, മാംസം, മുട്ട, ബീൻസ് ഇവയൊന്നും അവർക്ക് ഭക്ഷിക്കു വാൻ അവകാശമുണ്ടായിരുന്നില്ല. പക്ഷേ, വൈൻ വർജ്യമല്ലായിരുന്നു.

ഇറച്ചി തിന്നാതെ തന്നെ, ഒരു പിഥഗോറിയൻ ആയിരുന്ന 'മിലോ' ഗ്രീസിലെ ഏറ്റവും ശക്തിയുള്ള മനുഷ്യനായി എന്നും പറയപ്പെടുന്നു.

മനുഷ്യനെ ഉപദ്രവിക്കാത്തതും കൃഷി നശിപ്പിക്കാത്തതുമായ മൃഗ ങ്ങളെ പിഥഗോറിക്കുകൾ കൊന്നിരുന്നില്ല. ലളിതമായ വസ്ത്രധാരണം, ചിട്ടയോടുകൂടിയ ജീവിതചര്യ-പിഥഗോറിയൻ സ്കൂളിലെ അംഗങ്ങൾ ഇക്കാര്യത്തിൽ പ്രസിദ്ധരാണ്. ശിഷ്യന്മാരെക്കാൾ ചിട്ടയോടെ ഗുരുവായ അദ്ദേഹം നിയമങ്ങൾ പാലിച്ചു എന്നതാണ് ഏറ്റവും ശ്രദ്ധേയം.

വയസ്സുകാലത്തെ പ്രേമം

ഒരു പാടുപോലുമില്ലാത്ത ശുഭ്രവസ്ത്രം ധരിച്ച്, വൈൻപോലും കുടിക്കാതെ, വാരിവലിച്ചു ഭക്ഷിക്കാതെ, വിടുവാ പറയാതെ മറ്റുള്ളവർക്ക് ഒരു മാതൃകയായി പിഥഗോറസ് ജീവിച്ചു. അതുകൊണ്ടുമാത്രം ലോക പ്രസിദ്ധനാകേണ്ട യോഗ്യതയുണ്ട് അദ്ദേഹത്തിന്.

അമ്മയുടെ മരണാനന്തരം ഏതാനും ശിഷ്യന്മാരേയും കൂട്ടി അദ്ദേഹം ദക്ഷിണ ഇറ്റലിയിലെ ക്രോട്ടാ നഗരത്തിലേക്ക് താമസം മാറ്റി. സമ്പന്നനായ മിലോ പ്രഭു അദ്ദേഹത്തിന് താമസിക്കുവാൻ വേണ്ട ഏർപ്പാ ടുകൾ ഉണ്ടാക്കിക്കൊടുത്തു. പുരുഷന്മാരോടൊപ്പം കുലീന കുടുംബ ത്തിലെ സ്ത്രീകളും പിഥഗോറസിന്റെ പ്രസംഗം കേൾക്കുവാൻ എത്തി യിരുന്നു. പ്രഭുവിന്റെ പുത്രിയായ 'തിയാനോ' അങ്ങനെ ശിഷ്യയായി. വളരെ ചെറുപ്പമായിരുന്നു അവർക്ക്. ഈ പരിചയം അവരുടെ വിവാഹ ത്തിൽകൊണ്ടെത്തിച്ചു. പ്രായവ്യത്യാസം ഒട്ടേറെയായിരുന്നുവെങ്കിലും സന്തോഷപൂർണമായ ഒരു ജീവിതമായിരുന്നു അവരുടേത്. ഭാര്യ തിയാ നോയും മകൻ ദാമോയും ആയിരുന്നു പിഥഗോറസിന്റെ ഏറ്റവും വേണ്ട പ്പെട്ട അനുയായികൾ. അദ്ദേഹം പറയുന്നതും പ്രവർത്തിക്കുന്നതും രണ്ടും ഒന്നുതന്നെ എന്ന് കൂടുതൽ അറിയാവുന്നതും അവർക്കു രണ്ടു പേർക്കും ആണല്ലൊ.

സംഖ്യമയം!

വൈകാരികമായ ഒന്നായിരുന്നു പിഥഗോറസിന് ഗണിതത്തോടുള്ള പ്രിയം. 'സംഖ്യ പ്രപഞ്ചത്തെയാകെ നിയന്ത്രിക്കുന്നു' എന്നു പ്രസ്താ വിച്ചവനാണദ്ദേഹം. ഗോളങ്ങളുടെ സംഗീതം കേട്ട ഗണിതജ്ഞനായി രുന്നു പിഥഗോറസ് എന്ന് പറയപ്പെടുന്നു. സംഖ്യകളിൽ ക്രിയാത്മക പ്രതിബിംബങ്ങൾ ദർശിച്ചു. ഓരോ സംഖ്യക്കും ഓരോ പ്രത്യേക ഗുണ ധർമമുണ്ടെന്ന് അദ്ദേഹം വാദിച്ചു. എല്ലാ സംഖ്യകളുടെയും സ്രോതസ്സ് അഥവാ ഉറവിടമാണത്രെ 'ഒന്ന്', 'രണ്ട്' പുരുഷനും, 'മൂന്ന്' സ്ത്രീക്കും, 'അഞ്ച്' വിവാഹത്തിനും വേണ്ടി നിലനിന്നു. ഇരട്ടസംഖ്യകൾ ഭൂമിയോടും ഒറ്റ സംഖ്യകൾ ആകാശത്തോടും ബന്ധപ്പെട്ടുകിടക്കുന്നു. ഇത്തരം ഒട്ടേറെ വിശ്വാസപ്രമാണങ്ങൾ അവരെ നിയന്ത്രിച്ചിരുന്നു. പിഥഗോറി ക്കുകൾക്ക് ഒരു രഹസ്യസംഘടനയുടെ പരിവേഷമുണ്ടായിരുന്നു. അതു കൊണ്ടുതന്നെ അവർക്ക് തനതായ പ്രതീക്ഷകളും ആരാധനാരീതികളും പ്രാർഥനകളും മറ്റും ഉണ്ടായിരുന്നു.

സുഹൃത്ത്-ഒരു നിർവചനം

ആരാണ് ഒരു സുഹൃത്ത് എന്ന് അദ്ദേഹത്തോട് ഒരു ദിവസം ചോദി ച്ചപ്പോൾ 'മറ്റൊരു ഞാൻ. 220, 284 എന്നീ രണ്ട് സംഖ്യകൾ അത്തരക്കാ രാണ്' എന്നതായിരുന്നു മറുപടി. ഇതിന് അദ്ദേഹത്തിന് വ്യാഖ്യാനവും

ഉണ്ട്. 284 ന്റെ ഘടകങ്ങളായ 1, 2, 4, 71, 142 ഇവ കൂട്ടിയാൽ 220 ഉം 220 ന്റെ ഘടകങ്ങളായ 1, 2, 4, 5, 10, 11, 20, 22, 44, 55, 110 ഇവ കൂട്ടിയാൽ 284 ഉം കിട്ടുമല്ലോ. അങ്ങനെയാണ് ഇത്തരം സംഖ്യകളെ ആധുനിക ഗണിതത്തിൽ സുഹൃത് സംഖ്യകൾ അഥവാ മൃദുസംഖ്യകൾ എന്നു വിളിച്ചു തുടങ്ങിയത്.

ന്യൂമറോളജി ഉപയോഗിച്ച് ഓരോ പേരിനും ഓരോ മൂല്യം കണ്ടു പിടിക്കുന്ന സമ്പ്രദായം പണ്ട് നിലനിന്നിരുന്നു. ഉദാഹരണത്തിന് ROOSEVELT, CHURCHILL, STALIN എന്നിവരുടെ ഇതുപ്രകാര മുള്ള സംഖ്യാത്മക മൂല്യങ്ങൾ യഥാക്രമം 131 ഉം 94 ഉം 75 ഉം ആണ്. അതായത് $R+O+O+S+E+V+E+L+T$ $18+15+15+19+5+22+5+12+20=131$. ഈ വിശ്വാസപ്രമാണ പ്രകാരം, ഇവരിൽ മൂന്നുപേരിൽ റൂസ്‌വെൽറ്റ് ആണത്രെ ഒന്നാംകിട രാഷ്ട്രീയക്കാരൻ!

രാജകുമാരന്റെ പെണ്ണന്വേഷണം

പിഥഗോറസിന്റെ സംഖ്യാപ്രേമത്തിൽ കുടുങ്ങിപ്പോയ ഒരു രാജ കുമാരനെക്കുറിച്ച് രസകരമായ ഒരു കഥയുണ്ട്. ന്യൂമറോളജി പ്രകാരം രാജകുമാരന്റെ മൂല്യം 284 ആണെന്ന് അദ്ദേഹം കണ്ടുപിടിച്ചു. നമ്മുടെ രാജകുമാരന് വിവാഹം കഴിക്കണം. അതിനൊരു വധുവിനെ കണ്ടുപി ടിക്കണമല്ലോ. അതിനാൽ പേരിന്റെ മൂല്യം 220 വരുന്ന സ്ത്രീയെ കണ്ടു പിടിക്കുവാൻ രാജ്യമൊട്ടുക്കും ദൂതന്മാരെ വിട്ട് അന്വേഷണം നടത്തിയ ത്രെ. എങ്കിൽ മാത്രമേ ആദർശപരമായ ഒരു വിവാഹജീവിതം ലഭ്യമാകൂ എന്ന് രാജകുമാരൻ ധരിച്ചുവശായി. ഈ നിയമപ്രകാരമല്ല പിഥഗോറസ് തിയാനോയെ കണ്ടുപിടിച്ചത് എന്ന കാര്യം വേറെ.

ആത്മാവ്

ഒരാൾ മരിക്കുമ്പോൾ അയാളുടെ ആത്മാവ് അഥവാ പ്രാണൻ ഒരു ദൈവമായി മാറുന്നു എന്ന് റോമക്കാർ വിശ്വസിച്ചിരുന്നു. ഓരോ കുടും ബത്തിലെ അംഗങ്ങളും അന്തരിച്ച കുടുംബാംഗങ്ങളുടെ ആത്മാവിനെ ആരാധിച്ചിരുന്നു. ഈ ആത്മാവ് നല്ലതാവാം ചീത്തയാവാം-നല്ല പ്രേത ങ്ങളും ചീത്ത പ്രേതങ്ങളും ഉണ്ട് എന്ന വിശ്വാസം പോലെ. ചീത്ത പ്രേത ങ്ങൾ (പിശാചുക്കൾ) രാത്രികാലങ്ങളിൽ അവർ താമസിച്ചിരുന്ന വീടു കളിൽ അലഞ്ഞുതിരിഞ്ഞു നടന്നുകൊണ്ടേയിരിക്കും. ജീവിച്ചിരുന്ന കുടുംബാംഗങ്ങളെ അവർ പലപ്പോഴും ശല്യപ്പെടുത്തിക്കൊണ്ടും ഇരു ന്നു. എന്നാൽ ഇവയെ സമാധാനിപ്പിക്കുകയോ മറ്റോ ചെയ്താൽ ഉപദ്ര വങ്ങൾ കുറയുകയും ചെയ്യും.

നമ്മുടെ ഇടയിലും ഇത്തരം വിശ്വാസങ്ങൾ ഉണ്ടല്ലോ, കുടുംബ നാഥൻ അന്തരിച്ചാൽ ആ ആത്മാവിന്റെ നിത്യശാന്തിക്കായി വർഷംതോ റുമുള്ള ബലിയിടുന്നതും മറ്റും സാധാരണമാണല്ലോ. കർക്കിടവാവിന്

പിതൃക്കൾക്ക് ബലികൊടുക്കുന്നത് കേരളത്തിൽ ഒരു വലിയ ചടങ്ങുത ന്നെയാണല്ലോ. രാത്രിയുടെ അന്ത്യയാമങ്ങളിൽ, കുടുംബാംഗങ്ങൾ മാത്രം ഉൾക്കൊണ്ട് പലപല പൂജാവിധികളും അന്നുള്ളവർ നടത്തിയി രുന്നു. എന്തിന് നാം പുരാതന റോമിലേക്കും ഗ്രീസിലേക്കുമൊക്കെ ഓടി പ്പോകണം. കന്നുകാലികളുടെ സംരക്ഷകനായ 'ചാത്തനു' ത്രിസ ന്ധ്യക്കും 'പറക്കുട്ടി'ക്ക് സന്ധ്യക്കും പാമ്പിൻകാവിൽ 'പൈറ്റടി' നേരത്തും 'ഉഗ്രപ്രേത'ങ്ങളെ നിലയ്ക്കുനിർത്തുവാൻ രാത്രി ഏറെച്ചെ ന്നിട്ടും കർമങ്ങൾ നടത്തുന്ന രീതി നമ്മുടെ ഇടയിലും അങ്ങിങ്ങായി കാണുന്നുണ്ടല്ലോ.

ബീൻസ് വിരോധം

ബീൻസിനെക്കുറിച്ചുള്ള ഒരു വിശ്വാസം രസകരമാണ്. ഇന്ന് ഒരുകിലോ ബീൻസ് 10ഉം 20ഉം രൂപ വരെ വിലയുണ്ടല്ലോ. ആർക്കും, പ്രത്യേകമായി വിദ്വേഷമൊന്നും തോന്നാത്ത സാധനവുമാണത്. എന്നാൽ പുരാതനകാലത്തെ ഈജിപ്തിലെ പുരോഹിതൻമാരുടെ സ്ഥിതി അതാ യിരുന്നില്ല. അവർക്ക് ബീൻസ് ഒരു ദുർലക്ഷണമായിരുന്നു. നികൃഷ്ട മായിരുന്നു. അറിവുനേടാൻ നടത്തിയ യാത്രക്കിടയിൽ പിഥഗോറസ് ബീൻസിനെക്കുറിച്ചുള്ള ഇത്തരം 'അറിവുകൾ' നേടി. അദ്ദേഹം ബീൻസ് വർജിച്ചു.

ചോദ്യം പാടില്ല

ഗ്രീസിൽ പിഥഗോറസ് ഒരു സ്കൂൾ ആരംഭിച്ചു. പഠിക്കുവാനായി, സ്വാഭാവികമായും ഒട്ടേറെ വിദ്യാർഥികൾ പല സ്ഥലങ്ങളിൽനിന്നുമാ യി വന്നു. ഗ്രീസിന്റെയും ഇറ്റലിയുടെ വിവിധഭാഗങ്ങളിൽനിന്നുമായിരുന്നു അവരിൽ നല്ലൊരു പങ്ക്. പിഥഗോറസിന്റെ വിദ്യാർഥികൾ നല്ല അച്ചടക്ക മുള്ളവരായിരുന്നു. ആദ്യത്തെ അഞ്ചുവർഷം ചോദ്യങ്ങൾ ഒന്നും ചോദി ക്കാതെ അവർ അടങ്ങിയിരിക്കും. അഞ്ചുവർഷത്തിനുശേഷം മാത്രമെ, ഏതാണ്ടൊരു നിലവാരംവന്നശേഷം, അവർ എന്തെങ്കിലും തരത്തിലുള്ള ചോദ്യങ്ങൾ ചോദിച്ചിരുന്നുള്ളു. ജ്യാമിതിയിലെ പ്രമേയങ്ങളുടെ പേരിൽ പിഥഗോറസ് ഇന്നും വിദ്യാർഥികൾക്ക് സുപരിചിതനാണ്. മട്ടത്രികോ ണത്തിലെ കർണത്തിലെ വർഗം മറ്റ് രണ്ട് ഭുജങ്ങളിലെ വർഗങ്ങളുടെ തുകയ്ക്ക് തുല്യമായിരിക്കും എന്നതാണല്ലോ അതിൽ പ്രസിദ്ധമായ പ്രമേയം. ത്രികോണത്തിലെ മൂന്ന് കോണങ്ങളുടെ തുക രണ്ടു മട്ടത്രി കോണങ്ങളായിരിക്കും എന്നതാണ് രണ്ടാമത്തെ പ്രമേയം.

സസ്യഭുക്ക്

ഈ രണ്ടു പ്രമേയങ്ങൾ കണ്ടുപിടിക്കുവാൻ സാധിച്ചതിൽ സന്തോ

ഷവനായി മതിമറന്ന പിഥഗോറസ്, നൂറു കാളകളെ വെട്ടി ദൈവപ്രീ
തിക്കായി കുരുതികൊടുത്തു എന്നും മറ്റും കഥകളുണ്ട്. തികച്ചും ഒരു
സസ്യഭുക്കു മാത്രമായിരുന്ന പിഥഗോറസ് ഒരിക്കലും അങ്ങനെ
പ്രവർത്തിക്കുകയില്ല എന്നും ശാസ്ത്ര ചരിത്രകാരന്മാർ വാദിക്കുന്നുണ്ട്.
പിഥഗോറസിന്റെ ശിഷ്യന്മാരും സസ്യഭുക്കുകൾ ആയിരുന്നു.

ഒരാൾ മരിക്കുമ്പോൾ അയാളുടെ ആത്മാവ് മറ്റൊരു ശരീരത്തിൽ
കടന്നുകൂടുന്നു എന്നുവിശ്വസിക്കുന്നതിനാലാണ് മാംസത്തോട് ഇത്ര
വിരക്തി അദ്ദേഹത്തിനുണ്ടായത്. ഈ പുതിയശരീരം, പുതിയതായി
പിറന്ന ശിശുവാകാം, ഏതെങ്കിലും മൃഗമാകാം, പക്ഷിയാകാം, ഏതെ
ങ്കിലും ജീവിയാകാം എന്നവർ ധരിച്ചു. അതായത്, ആത്മാവ് എക്കാ
ലവും ജീവിക്കുന്നു അഥവാ അതിന് മരണം സംഭവിക്കുന്നില്ല എന്ന്
പിഥഗോറിക്കുകൾ വിശ്വസിച്ചു.

പട്ടിയെ തല്ലരുതേ...

രസകരമായ മറ്റൊരു സംഭവം ശ്രദ്ധിക്കൂ. ഒരു ദിവസം പിഥഗോ
റസ് വെറുതെ നടന്നുപോകുകയായിരുന്നു. വഴിയരികിൽ ഒരാൾ ഒരു
നായക്കുട്ടിയെ തല്ലുന്നു. അതാകട്ടെ ഉറക്കെ നിലവിളിക്കുന്നുമുണ്ട്. വികാ
രാധീനനായി പിഥഗോറസ് ഉറക്കെ ഇപ്രകാരം പറഞ്ഞു:

"നായക്കുട്ടിയെ തല്ലരുത്. എന്റെ ഒരു സുഹൃത്തിന്റെതാണ്
ഇതിന്റെ ആത്മാവ്. ഇതിന്റെ ശബ്ദം എന്റെ സുഹൃത്തിന്റെതാണെന്ന്
എനിക്കു തിരിച്ചറിയുവാൻ സാധിക്കും."

ഇതൊരു വെറും കഥയായിരിക്കാം. എങ്കിലും പുനർജന്മത്തിലുള്ള
പിഥഗോറിക്കുകളുടെ വിശ്വാസം വ്യക്തമാക്കുവാൻ പോരുന്നതാണ്
ഇക്കഥ.

ഇതിനേക്കാൾ രസകരമായ മറ്റൊരു വസ്തുതകൂടി കേട്ടോളൂ. ഗണി
തശാസ്ത്രത്തിൽ, അത്ഭുതങ്ങൾ സൃഷ്ടിച്ച പിഥഗോറസ് തന്നെയാണോ
ഈ പിഥഗോറസ് എന്നുചോദിച്ചാൽ 'അതെ' എന്നേ ഉത്തരമുള്ളൂ.
എന്താണീ സംഭവം എന്നല്ലേ? ഒരു സുപ്രഭാതത്തിൽ

"നിങ്ങൾ ആരും ബീൻസ് തിന്നരുത്"

എന്നൊരു പ്രസ്താവന അദ്ദേഹം ഇറക്കി. കാരണം എന്തായിരുന്നു
എന്നറിയണ്ടേ? ഒരു മനുഷ്യന്റെ ശരീരത്തിൽ നിന്ന് രക്ഷപ്പെടുന്ന ആത്മാ
വിന് ഉടൻതന്നെ മറ്റൊരു ജീവിയിൽ കയറിക്കൂടാൻ സന്ദർഭം കിട്ടിയില്ല
എങ്കിൽ 'ഒരു ഇടക്കാലത്താവളം' ആയി ആ ആത്മാവ് ഒരു ബീൻസിൽ
കയറിക്കൂടും. അവിടെനിന്ന് പറ്റിയ സന്ദർഭം കിട്ടിയാൽ മറ്റൊരു മനു
ഷ്യനിലേക്കോ മൃഗത്തിലേക്കോ പോകുന്നു. അതിനാൽ ശിഷ്യന്മാർ
തന്നെപ്പോലെ ബീൻസ് ഭക്ഷിക്കുന്നത് ഒഴിവാക്കണം എന്ന പ്രസ്താവ
നയും പിഥഗോറസിന്റേതായി വന്നു. എങ്ങനെയുണ്ട് കഥ?

തെരഞ്ഞെടുപ്പ് ബഹിഷ്കരിച്ചു

ഇതോടനുബന്ധിച്ച് മറ്റൊരു ഉപകഥ കൂടിയുണ്ട്. ഏഥൻസിൽ തെര ഞ്ഞെടുപ്പിന് വോട്ട് രേഖപ്പെടുത്തുവാൻ ബീൻസ് ആയിരുന്നു (നമ്മുടെ ബാലറ്റ് കടലാസിനു പകരം) അന്ന് ഉപയോഗിച്ചിരുന്നത്. ബീൻസ് വർജി ക്കണം എന്ന് പിഥഗോറസ് പറഞ്ഞതിനാൽ അദ്ദേഹവും അനുയായി കളും തെരഞ്ഞെടുപ്പിൽ പങ്കെടുത്തില്ല. രാഷ്ട്രീയ കാര്യങ്ങളിൽ ഇട പെടേണ്ട ആവശ്യമില്ല എന്ന അവരുടെ തീരുമാനം നടപ്പിലാക്കുവാനുള്ള വഴിയായിരുന്നു ഈ ബീൻസ് വിരോധം എന്നും വ്യാഖ്യാനിക്കുന്നവ രുണ്ട്.

രാഷ്ട്രീയ കാര്യങ്ങളിൽ ഇടപെടാത്ത പ്രകൃതക്കാരല്ലായിരുന്നു പിഥഗോറിക്കുകൾ എന്നുള്ളതിനും തെളിവുകൾ ഉണ്ട്. എന്തിനധികം പറയുന്നു, അദ്ദേഹത്തിന്റെ മരണകാരണം തന്നെ രാഷ്ട്രീയ പ്രശ്നങ്ങ ളുടെ അനന്തരഫലമായിരുന്നു എന്നു കൂടെ വാദമുഖങ്ങൾ ഉന്നയിക്കുന്ന ചരിത്രകാരന്മാർ ഉണ്ട്. ഇതാ ഇപ്രകാരം—ഒരു ലഹളയുടെ അനന്തര ഫലമായി പിഥഗോറസിന്റെ ശത്രുക്കൾ അധികാരം പിടിച്ചെടുത്തു. ലഹള മൂർധന്യാവസ്ഥയിൽ എത്തിയപ്പോൾ ജനങ്ങൾ അക്രമാസക്തരായി. പിഥ ഗോറസും ശിഷ്യന്മാരും ബഹളത്തിനിടയിൽ ഒരു വീട്ടിൽ ഓടി അഭയം തേടി. ജനക്കൂട്ടം ആ വീട് വളഞ്ഞു. പിഥഗോറസിന്റെ സംഘടനയിൽ അംഗത്വം നിഷേധിക്കപ്പെട്ട ഒരാൾ പ്രസ്തുത വീട്ടിനു തീകൊളുത്തി. എന്തുചെയ്യാൻ? ശത്രുക്കളിൽ നിന്നും കത്തിയെരിയുന്ന വീട്ടിൽനിന്നും രക്ഷപ്പെടുവാനായി പിഥഗോറസും കൂട്ടരും അന്തംവിട്ടു വിരണ്ടു ഓട്ടം തുടങ്ങിയത്രേ. പടപേടിച്ച് പന്തളത്തുചെന്നപ്പോൾ പന്തം കൊളുത്തിപ്പട എന്നു കേട്ടിട്ടില്ലേ. അതുപോലൊരു ദുര്യോഗം പിഥഗോറസിനും കൂട്ടർക്കും ഉണ്ടായി എന്നുപറഞ്ഞാൽ മതിയല്ലോ. ആത്മരക്ഷാർഥം അവർ വിരണ്ടോടുമ്പോൾ ചെന്നുപെട്ടതാകട്ടെ ബീൻസ് തോട്ടത്തിൽ. പിഥഗോറസ് ആകട്ടെ ബീൻസിനെ തൊടുകപോലും ഇല്ല. എന്തുചെയ്യും? തിരിഞ്ഞോടിയാലോ, പിന്നിൽ എന്തും ചെയ്യുവാൻ മടിക്കാത്ത ശത്രു ക്കൾ. തെല്ലിട അദ്ദേഹം ഒന്നുപതറി നിന്നു. ആ സമയംകൊണ്ട് ശത്രു ക്കൾ അദ്ദേഹത്തെ പിടിച്ച് കശാപ്പുചെയ്തു. കഥ ഇതാണ്. 'കഥ' എന്നു പറഞ്ഞതിലും കാര്യമുണ്ട്. പിഥഗോറസിന്റെ അന്ത്യം എങ്ങനെയായി രുന്നു എന്നതിന് വ്യക്തമായ തെളിവുകളൊന്നും തന്നെയില്ല. രാഷ്ട്രീയ ഭിന്നതകൾ കാരണം അദ്ദേഹത്തിന്റെ ശിഷ്യന്മാരുടെ മരണം സംബന്ധിച്ച ചില കണക്കുകൾ വ്യക്തമായുണ്ട് എങ്കിലും പണ്ഡിതനായ പിഥഗോ റസ് എങ്ങനെ മരിച്ചു എന്നതിന് വ്യക്തമായ തെളിവുകൾ ഒന്നുംതന്നെ യില്ല.

ഈജിപ്തിലെ പുരോഹിതന്മാരും പിഥഗോറസും വൃത്തികെട്ട വസ്തുവായി കണക്കാക്കി വർജിച്ച ബീൻസ് അക്കാലത്തെ പാവപ്പെട്ട

വർ കൃഷിചെയ്ത് ഭക്ഷിച്ചിരുന്നു എന്ന കാര്യം പ്രത്യേകം ശ്രദ്ധിക്കപ്പെ
ടേണ്ടതാണ്.

പിഥഗോറസിന്റേത് എന്ന് പരക്കെ വിശ്വസിക്കപ്പെടുന്ന ഏതാനും
പ്രസ്താവനകൾ ഇതാ:

- സംഖ്യകൾ പ്രപഞ്ചത്തെ ആകമാനം നിയന്ത്രിക്കുന്നു.
- സംക്രമണ ഘട്ടത്തിലെ ഒരു ആശയമാണ് 'ചിന്ത'.
- വീണക്കമ്പിയുടെ മൂളലിൽപോലും 'ജ്യാമിതി' ഒളിഞ്ഞിരിക്കുന്നു.
- 'അതെ', 'അല്ല' എന്നിവയാണ് ഏറ്റവും കൂടുതൽ ചിന്തക്കു വിധേ
  യമാക്കേണ്ട ഏറ്റവും പഴയ രണ്ട് വാക്കുകൾ.

2
മരുന്നിൽനിന്ന് പെട്രോൾ

നമുക്കെല്ലാവർക്കും അറിയാവുന്ന ഒരു കാര്യമാണ് വാഹനങ്ങ ളിൽ പെട്രോൾ ഇന്ധനമായി ഉപയോഗിക്കുന്നു എന്നത്. 'പാറ' എന്നർഥം വരുന്ന 'പെട്ര' (Petra), 'എണ്ണ' എന്നർഥംവരുന്ന 'ഓലിയം' (Oleum) എന്നീ രണ്ട് വാക്കുകളിൽനിന്നാണ് പെട്രോളിയം എന്ന പദമുണ്ടായത്. അതൊക്കെ പുതിയ കാര്യങ്ങളാണ്.

പഴയ കാര്യം

എന്നാൽ കുറേ പഴയ ഒരു കാര്യമാണ് ഇവിടെ പറയുവാൻ പോകു ന്നത്. പണ്ടത്തെ കഥ. വെള്ളക്കാർ വടക്കേ അമേരിക്കയിൽ കുടിയേറി ത്താമസിക്കുവാൻ തുടങ്ങുന്നതിനുമുമ്പ് അവിടെ ഉണ്ടായിരുന്ന ആദി വാസികളായിരുന്നു റെഡ്ഇന്ത്യാക്കാർ. അവർ താമസിച്ചിരുന്ന പ്രദേശ ങ്ങളിൽ അങ്ങിങ്ങായി വെള്ളത്തിനുമുകളിൽ നുരയും പതയുംപോലെ ഒരുതരം അസംസ്കൃതയെണ്ണ കണ്ടിരുന്നു. അവർ ഇതുശേഖരിച്ച് വാത ശ്രയിനുള്ള ഔഷധമായി ദേഹത്തുപുരട്ടി. പത്തൊൻപതാം നൂറ്റാണ്ടിന്റെ ആരംഭത്തിൽ അമേരിക്കക്കാരായ ചിലരും ഈ അസംസ്കൃത എണ്ണ ഔഷധമായി ഉപയോഗിച്ചതിന് ധാരാളം തെളിവുകൾ ഉണ്ട്.

പാറക്കൂട്ടങ്ങളുടെ അടിയിൽ ആണ് അസംസ്കൃത എണ്ണ ഉണ്ടാ കാറ്. അത് പല കാരണങ്ങളാലും ഭൂമിയുടെ ഉപരിതലത്തിലേക്കുവ രുന്നു. നൂറ്റാണ്ടുകളായി പല പേരുകളിൽ ഇത് അറിയപ്പെട്ടിരുന്നു— പാറയെണ്ണ, ധാതുയെണ്ണ എന്നിങ്ങനെ. ഇന്ന് ഇതിന്റെ അംഗീകൃതപേർ ആണ് പെട്രോൾ.

അങ്ങനെയും ഉപ്പുണ്ടാക്കാം

ഭൂമിക്കടിയിൽനിന്നു കിട്ടിയ പാറയെണ്ണയിൽ ഉപ്പും ഉണ്ടായിരുന്നു. ഇന്നത്തെപ്പോലെ അന്നും ഉപ്പ് ഉപയോഗത്തിലുണ്ടായിരുന്നു. അതിനാൽ ഉപ്പുശേഖരിക്കൽ ഒരു വ്യവസായമായിരുന്നു എന്ന് പ്രത്യേകം പറയേ ണ്ടതില്ലല്ലോ. നമ്മുടെ നാട്ടിൽ ഉപ്പുപാടങ്ങളാണല്ലോ ഉള്ളത്. ഉപ്പുവെള്ളം വിശാലമായ പാടങ്ങളിൽ കെട്ടിനിറുത്തിവറ്റിച്ചാണല്ലോ ഉപ്പുണ്ടാക്കുക. എന്നാൽ വടക്കെ അമേരിക്കയിൽ കുഴൽ കിണറുകൾ ഉണ്ടാക്കി അടി യിലെ വെള്ളം പുറത്തേക്കു കൊണ്ടുവന്ന് അവർ ഉപ്പുണ്ടാക്കി. പത്തൊൻപതാം നൂറ്റാണ്ടിന്റെ ആരംഭത്തിൽ ഇത്തരം ഉപ്പുകിണറുകൾ അവിടെ ധാരാളമായിരുന്നു.

പാറയെണ്ണ ഔഷധം

കാലം കഴിഞ്ഞു. സാമുവൽ എം കീർ (Samuel Martin Kier 1813-1874) എന്നൊരു മരുന്നു വ്യാപാരിയെക്കുറിച്ചാണ് നാം പറയുവാൻ പോകുന്നത്. അദ്ദേഹത്തിന്റെ അച്ഛന് ഒരു ഉപ്പുപാടം ഉണ്ടായിരുന്നു. ഭൂമി ക്കടിയിൽനിന്ന് പമ്പുചെയ്തു പുറത്തെ

ജോർജ് ബിസെൽ

ത്തിയ ഉപ്പുവെള്ളത്തിന്റെ മുകൾ പര പ്പിൽ എണ്ണമയം ഉള്ളതായി കീർ കണ്ടു. ഈ എണ്ണ പതുക്കെ നീക്കം ചെയ്ത് 'അമേരിക്കൻ എണ്ണ' എന്ന പേരിൽ അയാൾ കുപ്പികളിലാക്കി. അവിടം കൊണ്ടും അവസാനിക്കുന്നില്ല. ഏതാണ്ട് ശുദ്ധമായ ഈ എണ്ണ ഉപയോഗിച്ച് ഒന്ന് കുളിച്ചുകളയാം എന്നുതന്നെ തോന്നി അദ്ദേഹത്തിന്. 'കീർ-പാറ എണ്ണ' എന്ന ലേബൽ അച്ചടിച്ച് കുപ്പികൾക്കു പുറത്ത് ഒട്ടിച്ച് മരുന്നുകടകളിൽ ഇതിനെ എത്തി ച്ചു. 'ഭൂമിക്കടിയിൽനിന്നു കണ്ടെടുത്ത രോഗസംഹാരി', വാതത്തിനുള്ള കൈ കണ്ട ഔഷധം, എന്നെല്ലാം ഇതിനെ പരസ്യം ചെയ്തു. ധാരാളം ആളുകൾ കീറിന് പ്രകൃതി കനിഞ്ഞു നൽകിയ ഈ ഔഷധം രോഗശാന്തിക്കായി വാങ്ങി ഉപയോഗിച്ചു.

അങ്ങനെയിരിക്കെ അതിനേക്കാൾ രസകരമായ മറ്റൊരു സംഭവം. 1856 ലെ ചുടുള്ള ഒരു ദിവസം സൂര്യന്റെ പൊരിയുന്ന വെയിലിൽനിന്നും രക്ഷനേടുവാനായി ജോർജ് ബിസെൽ (George Bissell 1821-1884) എന്നൊരാൾ ന്യൂയോർക്കിലെ പൊതുനിരത്തിലുള്ള ഒരു മരുന്നുകടയിൽ കയറിനിന്നു. ഒരു രസത്തിന് മരുന്നു കുപ്പികളിലെ പരസ്യങ്ങൾ വായി ച്ചു. അന്നേരം കീറിന്റെ പാറ എണ്ണയുടെ ആകർഷകമായ പരസ്യം ശ്രദ്ധി ച്ചു. തീ കത്തിക്കുവാനുള്ള വിവിധതരം ഉപാധികളെക്കുറിച്ച പഠനങ്ങൾ

നടന്നുകൊണ്ടിരിക്കുന്ന സമയമായിരുന്നു അത്. കൽക്കരി വാതകം കത്തിക്കുവാനുള്ള ഒരു നല്ല സാധനമായിരിക്കുമെന്ന് പലരും കരുതി. ഈ രംഗത്തെ പഠനങ്ങൾ ദ്രുതഗതിയിൽ നടന്നുകൊണ്ടിരിക്കുകയായിരുന്നു.

മനസ്സുമാറ്റിയ പരസ്യം

ആവശ്യാനുസരണം എണ്ണ ലഭിക്കുവാൻ പ്രയാസമുള്ളതുകൊണ്ട് കത്തിക്കുവാനായി എണ്ണ ഉപയോഗിക്കുവാനുള്ള സാധ്യത കുറവാണെന്ന് ബിസെല്ലും ധരിച്ചിരുന്നു. പക്ഷേ, കീറിന്റെ പരസ്യം ബിസെല്ലിന്റെ ചിന്തയ്ക്കു മറ്റൊരു വഴി നേടിക്കൊടുത്തു. ഉപ്പുവെള്ളം പാറയ്ക്കടിയിൽ സമൃദ്ധിയായി കാണുന്നതുപോലെ, പാറ എണ്ണയും അവിടെ എന്തുകൊണ്ടു കണ്ടുകൂടാ എന്നായി അദ്ദേഹത്തിന്റെ ചിന്ത. ഉപ്പുവെള്ളം മുകളിലോട്ടുകൊണ്ടുവരുന്ന അതേ രീതിയിൽ ഈ എണ്ണയും എന്തുകൊണ്ടു പുറത്തേക്കുകൊണ്ടുവന്നുകൂട. പക്ഷേ, അതിനുമുമ്പ് പാറയെണ്ണ ഒരു നല്ല ഇന്ധനമാകുമോ എന്നറിയേണ്ടതുണ്ടല്ലോ. അതിനായി കീറിന്റെ എണ്ണ ഒരു കുപ്പി വാങ്ങി അദ്ദേഹം വിദഗ്ധ പരിശോധനക്കയച്ചു. ഇതു പരിശോധിച്ച പ്രൊഫസറാകട്ടെ ബിസെല്ലിന് പച്ചക്കൊടി കാട്ടി. വളരെയേറെ സാധ്യതകൾ ഉള്ളതാണിതെന്നായിരുന്നു പരിശോധകന്റെ റിപ്പോർട്ട്. താരതമ്യേന ചെലവുകുറഞ്ഞ മാർഗങ്ങളിൽ ഇതു സാധ്യമാണെന്നും അദ്ദേഹം ഉറപ്പുകൊടുത്തു. ശാസ്ത്ര-വ്യാവസായിക മണ്ഡലത്തിലെ വലിയൊരു ചുവടുവയ്പായിരുന്നു ഇതെന്ന് പ്രത്യേകം പറയേണ്ടതില്ലല്ലോ.

മരുന്നായി ഉപയോഗിച്ച എണ്ണ അങ്ങനെ ശക്തമായൊരു ഇന്ധനമായി മാറുന്ന അവസ്ഥയിലായി. ബിസെൽ പല സ്ഥലങ്ങളിലും ഭൂമി വാങ്ങിച്ചു. ഭൂമിക്കടിയിൽനിന്ന് എണ്ണകുഴിച്ചെടുത്ത് പരീക്ഷണം നടത്തുവാൻ കേണൽ ഡ്രേക്ക് (Edwin Drake 1819-1880) എന്ന് ഒരാളെ നിയമിച്ചു. ഉപ്പുണ്ടാക്കുവാൻ എന്ന പേരിൽ ഡ്രേക്ക് കിണർ കുഴിച്ചുതുടങ്ങി. പുതിയ ഇന്ധന സാധ്യതകളും

കേണൽ ഡ്രേക്ക്

മറ്റും അവർ വളരെ രഹസ്യമായി സൂക്ഷിച്ചു. കേണൽ ഡ്രേക്ക് എന്ന

പേരിൽ അറിയപ്പെടുന്ന ഇദ്ദേഹമാണത്രെ യു എസിൽ എണ്ണയ്ക്കുവേണ്ടി ഖനനം നടത്തിയ ആദ്യവ്യക്തി.

1859 ആഗസ്റ്റ് മാസത്തിലെ അവസാനത്തെ ശനിയാഴ്ച കിണർ കുഴിക്കാരുടെ അന്നത്തെ ജോലിയും കഴിഞ്ഞു. പിറ്റേന്ന് ഞായറാഴ്ച യായതിനാൽ ഒഴിവായിരുന്നു. 68 അടി കിണർ കുഴിക്കുകയും ചെയ്തി രുന്നു. ഉപ്പുവെള്ളം കിട്ടുവാൻ തിങ്കളാഴ്ച മുതൽ വീണ്ടും കുഴിക്കാം എന്ന ധാരണയിൽ ജോലിക്കാർ പോയി.

ആദ്യത്തെ എണ്ണക്കിണർ

പിറ്റേദിവസം ഞായറാഴ്ചയാണെന്നു പറഞ്ഞുവല്ലോ. ജോലിക്കാർ വിശ്രമിക്കുന്ന ദിവസം. പക്ഷേ, കൂട്ടത്തിൽ ഒരു വയസ്സനായ ജോലിക്കാ രൻ വെറുതെ നടക്കാനിറങ്ങിയതായിരുന്നു. തലേദിവസം തങ്ങൾ എല്ലാ വരും കൂടി കുഴിച്ച കിണറിനുസമീപം ഈ കിഴവൻ പോയി. വെറുതെ അയാൾ കിണറ്റിലേക്ക് ഒന്ന് എത്തിനോക്കി. വയസ്സൻ അത്ഭുതപ്പെട്ടു. തലേന്ന് കുഴിക്കൽ അവസാനിപ്പിച്ച അതേ കിണറിന്റെ അടിയിലുണ്ട്– മഞ്ഞയും തവിട്ടും കലർന്ന കട്ടിയുള്ള ഒരു ദ്രാവകം. കിഴവൻ വെറുതെ ഇരുന്നില്ല. ഒരു ബക്കറ്റ് എടുത്ത് കിണറ്റിൽ താഴ്ത്തി ദ്രാവകത്തിന്റെ മുകൾപരപ്പ് അനക്കാതെ ബക്കറ്റിലാക്കി മുകളിലേക്കു വലിച്ചുകയറ്റി. ബക്കറ്റ് നിറയെ പാറയെണ്ണ.

'കേണലിന് എണ്ണ കിട്ടി' എന്നും പറഞ്ഞ് കിഴവൻ നെട്ടോട്ടം. അയാൾക്ക് സ്വന്തം കണ്ണുകളെ വിശ്വസിക്കാൻ കൂടി കഴിഞ്ഞില്ല. വെറും 70 അടിയോളമേ കിണറ്റിന് താഴ്ചയായിട്ടുള്ളൂ. അപ്പോഴേക്കും എണ്ണ കിട്ടിയത് അവർക്കൊക്കെ ഒരു മഹാൽഭുതമായി തോന്നി. ഇതായിരുന്നു എണ്ണ കണ്ടെത്തുവാനായി ബോധപൂർവം കുഴിച്ച ആദ്യത്തെ കിണർ. ഒമ്പതുമാസം ദിനംപ്രതി 400 ഗ്യാലൻ എന്ന തോതിൽ ഈ കിണ റ്റിൽനിന്ന് എണ്ണയും ലഭിച്ചു.

വൻതോതിൽ കിണറ്റിൽനിന്നും എണ്ണ കിട്ടും എന്ന വാർത്ത എല്ലാ വരേയും ഞെട്ടിപ്പിച്ചു. പലരും ഇതു വിശ്വസിക്കുവാൻ കൂടി കൂട്ടാക്കി യില്ല. സംഗതി വാസ്തവമാണെന്നറിഞ്ഞപ്പോൾ പലരും ഒട്ടേറെ എണ്ണ ക്കിണറുകൾ കുഴിച്ചു. ആയിരം അടിവരെ ആഴത്തിൽ ചെന്നശേഷം എണ്ണ കണ്ടെത്തിയ അവസരങ്ങളും അപൂർവമല്ലായിരുന്നു.

എണ്ണക്കിണർ കുഴിക്കലിനെക്കുറിച്ച് അൽപ്പസ്വൽപ്പവ്യത്യാസത്തോ ടെയുള്ള കഥകളും ഇല്ലാതില്ല. പക്ഷേ, കീറിന്റെ പാറയെണ്ണയുടെ പര സ്യത്തിൽനിന്നാണ് ബിസെല്ലിന് എണ്ണയ്ക്കായി മാത്രം കിണർകുഴിക്ക ലിന്റെ ആവശ്യകത ബോധ്യപ്പെട്ടത് എന്നത് ഒരു ചരിത്ര സത്യമായി അവശേഷിക്കുന്നു. 1859 ആഗസ്റ്റ് 28 ന് അമേരിക്കയിൽ എണ്ണവ്യവസായം ആരംഭിച്ചു എന്ന് ചരിത്രകാരന്മാർ സമ്മതിക്കുന്നു.

എണ്ണക്കഥയിലെ രണ്ടു നായകന്മാരാണല്ലോ ബിസെല്ലും ഡ്രെക്കും. എനിക്കാണ് എണ്ണ ഇന്ധനമായി ഉപയോഗിക്കാം എന്ന ബുദ്ധി ആദ്യം

തോന്നിയത് എന്ന് ഇവർ രണ്ടുപേരും അവകാശപ്പെടുന്ന കഥകളും ഉണ്ട്. അതെന്തെങ്കിലുമാകട്ടെ, അഞ്ചുവർഷംകൊണ്ട് അറുനൂറിലധികം എണ്ണ ക്കമ്പനികൾ ഉയർന്നുവന്നു. ആദ്യമഴയ്ക്കുശേഷം കൂൺ മുളയ്ക്കുന്ന തുപോലെ, മരുഭൂമിക്കു തുല്യമായി കിടന്നിരുന്ന സ്ഥലങ്ങളിൽ നഗര ങ്ങൾ രൂപംകൊണ്ടു. എണ്ണക്കമ്പനികളെ ഭാഗ്യം കടാക്ഷിച്ചു. അല്ലാത്ത അവസരങ്ങളും ധാരാളമുണ്ടായി. വ്യവസായത്തിൽ തകർന്നുവീണവരും ധാരാളമായിരുന്നു. അതൊക്കെ കഥയുടെ ഒരു വശം, അഥവാ ചരിത്ര ത്തിന്റെ അനിവാര്യതകൾ. പക്ഷേ, മനുഷ്യരാശിക്ക് പുതിയൊരു ഇന്ധനം ലഭിച്ചു. തലമുറകളുടെ തറവാട്ടുസ്വത്തായി മാറി ഈ ഇന്ധനം.

3

അടുക്കളക്കാരന് നന്ദി

പല കണ്ടുപിടിത്തങ്ങളുടെയും കഥ കേൾക്കുമ്പോൾ അൽഭുതം തോന്നും. ഇത്ര നിസാരമായ ഒന്നാണോ ഒരു കണ്ടുപിടിത്തം എന്നു വരെ തോന്നുന്ന സംഭവങ്ങളുണ്ട്.

ആധുനികകാലത്തെ അടുക്കളയിലെ പ്രധാന ഘടകമായ പ്രഷർകു ക്കറിന്റെ കണ്ടുപിടിത്തത്തിന്റെ കഥയാണ് പറയുവാൻ പോകുന്നത്. പ്രഷർകുക്കർ കാണാത്തവർ അധികമാരുമുണ്ടാവില്ല. അല്ലെങ്കിൽ വേണ്ട, പരസ്യത്തിലുള്ള പ്രഷർകുക്കറെങ്കിലും മിക്കവാറും എല്ലാവരും കണ്ടു കാണും. വേഗത്തിൽ ഭക്ഷണം പാകം ചെയ്യുവാനുള്ള ഒരുപകരണമാണ് പ്രഷർകുക്കർ. അടുക്കളയിലെ ഈ സഹായിയെ ഒരടുക്കളക്കാരൻ തന്നെ കണ്ടുപിടിച്ചതാണ്. അക്കഥ കേട്ടോളൂ.

പുതിയ അടുക്കളക്കാരൻ

ഡെനിസ് പപിൻ (Denis Papin 1647-1712) ഫ്രാൻസിലെ ഒരു യുവശാ സ്ത്രജ്ഞനായിരുന്നു. അവിടെ ഉണ്ടായി രുന്ന ചെറിയ ജോലികൊണ്ട് അദ്ദേഹം തൃപ്തനാകാതെ 1672 ൽ ഇംഗ്ലണ്ടിലേക്കു വന്നു. അന്ന് ബ്രിട്ടനിലെ ഏറ്റവും പ്രസി ദ്ധനായ ശാസ്ത്രജ്ഞനായിരുന്നു സർ റോബർട്ട് ബോയ്ൽ (Boyle 1627-1691). അയർലണ്ടുകാരനായ ഭൗതികശാസ്ത്ര ജ്ഞനും രസതന്ത്രജ്ഞനുമായ ഇദ്ദേഹ മാണ് 'ബോയൽ വാതക' നിയമത്തിന്റെ

റോബർട്ട് ബോയ്ൽ

ഉപജ്ഞാതാവ്. ആധുനിക രസതന്ത്രത്തിന്റെ അടിത്തറപാകിയ ബോയൽ പ്രകൃതിയെ വസ്തുനിഷ്ഠമായി പഠനം നടത്തിയ ശാസ്ത്ര ജ്ഞൻകൂടിയാണ്. നമ്മുടെ യുവ ശാസ്ത്രജ്ഞന്, ഭാഗ്യമെന്നു പറയട്ടെ, ബോയലിന്റെ അസിസ്റ്റന്റ് ആയി ജോലി കിട്ടി. അധികം താമസിയാതെ തന്നെ മിടുക്കനാണ് താൻ എന്ന് പപിൻ തെളിയിച്ചു. അദ്ദേഹം പല കണ്ടുപിടിത്തങ്ങളും നടത്തി. അങ്ങനെ റോയൽ സൊസൈറ്റിയിലെ അംഗമാകുവാനും കഴിഞ്ഞു. റോയൽ സൊസൈറ്റിയിലെ അംഗങ്ങൾ ഗവേഷണ കാര്യങ്ങൾ ചർച്ച ചെയ്യുന്നതിനായി കൂടെക്കൂടെ സമ്മേളി ക്കുക പതിവായിരുന്നു. അങ്ങനെയുള്ള ഒരു യോഗത്തിൽ പങ്കെടുത്ത വർക്ക് ഒരു തവണ ഭക്ഷണം പാകംചെയ്തു കൊടുത്തത് പപിൻ ആയി രുന്നു. വെറുതെ ഭക്ഷണം പാകം ചെയ്യുകയല്ല പപിൻ ചെയ്തത്. പിന്നെയോ? താൻ പുതിയതായി കണ്ടുപിടിച്ച 'പ്രഷർ കുക്കറി'ൽ ആയി രുന്നു ആ യുവശാസ്ത്രജ്ഞൻ ഭക്ഷണം വേവിച്ചത്. അങ്ങനെയാണ് ആദ്യത്തെ പ്രഷർ കുക്കർ ജനിക്കുന്നത്. മറ്റൊരു തരത്തിൽ പറഞ്ഞാൽ പപിൻ ഉപയോഗിച്ചതായിരുന്നു, ആദ്യത്തെ പ്രഷർ കുക്കർ. പിന്നീട് പല മാറ്റങ്ങളും ഇന്നുള്ള പ്രഷർ കുക്കറുകൾക്കുണ്ടായി എന്നതുശരിതന്നെ.

വെന്തുകലങ്ങുന്ന ഇറച്ചി

മർദംകൂടുന്തോറും വെള്ളത്തിന്റെ തിളനില വർധിക്കുമെന്ന് അറി യാമായിരുന്നതുകൊണ്ട് അത്തരത്തിൽ ഒരു 'കൈ' നോക്കിയാൽ എന്തെന്ന് പപിനു തോന്നി. അങ്ങനെ ഒരു പാത്രത്തിൽ, നീരാവി പുറ ത്തുപോകാതെയിരിക്കുവാനുള്ള എല്ലാ ഏർപ്പാടുകളും ഉണ്ടാക്കി, കുറ ച്ചുവെള്ളം എടുത്ത് തിളപ്പിച്ചു. അങ്ങനെ ആ പാത്രത്തിലെ വെള്ളം100^{0}c യിൽ കൂടുതൽ താപനിലയിൽ തിളയ്ക്കുന്നതായി അദ്ദേഹത്തിനു ബോധ്യമായി. അതുകൊണ്ട്, ഇതിൽ ഭക്ഷണസാധനങ്ങൾ വളരെ വേഗ ത്തിൽ വേവിക്കുവാൻ സാധിക്കുമെന്ന് പപിന് ബോധ്യമായി. മറ്റൊരു കാര്യംകൂടി അദ്ദേഹത്തിന്റെ ശ്രദ്ധയിൽപ്പെട്ടു — ഈ സംവിധാനത്തിൽ വേവിക്കുമ്പോൾ നല്ലപോലെ വെന്ത് ഉടയുമെന്നും. അതായത് വെള്ള ത്തിന്റെ സാധാരണ തിളനിലയേക്കാൾ കൂടുതൽ താപത്തിൽ ചില ഭക്ഷ ണപദാർഥങ്ങൾ—ഇറച്ചി-വേവിക്കുമ്പോൾ അവ കൂടുതൽ മൃദുവാകുന്നു.

പാത്രം പൊട്ടിത്തെറിച്ചാലോ?

പക്ഷേ, മറ്റൊരു പ്രധാന കാര്യം ശ്രദ്ധിക്കേണ്ടതുണ്ട്. അടച്ച പാത്ര ത്തിൽ വെള്ളം തിളപ്പിക്കുന്നത് അപകടകരമാണ് എന്നതാണിക്കാര്യം. നീരാവി പുറത്തേക്കുപോകുവാൻ അനുവദിക്കാതെ വെള്ളം, അടച്ച ഒരു പാത്രത്തിൽ തിളപ്പിച്ചാൽ, ആ പാത്രം അകത്തുള്ള അധികരിച്ച മർദം കാരണം പൊട്ടി ഛിന്നഭിന്നമായി പോകും. പപിന്റെ മുന്നിൽ ഉണ്ടായ ഏറ്റവും വലിയ പ്രശ്നവും ഇതുതന്നെ. അങ്ങനെ, ഇതിനൊരു പ്രതി വിധി എന്ന നിലയ്ക്ക് 'സുരക്ഷാവാൽവ്' എന്നറിയപ്പെടുന്ന സംവിധാനം

പപിൻ അഭികല്പന ചെയ്തു. അങ്ങനെ നീരാവികൊണ്ടുള്ള മർദം അധി
കരിക്കുമ്പോൾ, അപകടമേഖലയിൽ എത്തിയാൽ, പാത്രത്തിൽനിന്ന്
കുറേ നീരാവി പുറത്തേക്കു പോകും.

മുറ്റിയ ഇറച്ചി, ഈ പാത്രത്തിലിട്ടുവേവിച്ചപ്പോൾ, വളരെ മൃദുല
മായതിനാൽ പപിൻ, ഈ പുതിയ പാത്രത്തെ "ഡൈജസ്റ്റർ" എന്ന് വിളി
ച്ചുതുടങ്ങി. മജ്ജയുള്ള അസ്ഥിയും മറ്റും വെന്ത് 'വെണ്ണ' പോലെയാ
യി. ഈ പുതിയ രീതിയിലുള്ള വേവിക്കൽ പാത്രത്തെക്കുറിച്ച് 1681 ൽ
പപിൻ ഒരു പുസ്തകം എഴുതുകയും ചെയ്തു. പപിൻ ഒരു യുവ
ശാസ്ത്രജ്ഞനായിരുന്നു എന്ന് പറഞ്ഞുവല്ലോ. അതുകൊണ്ടുതന്നെ,
തന്റെ പരീക്ഷണങ്ങൾ എത്രകണ്ട് പൂർണതയുള്ളതാക്കാമോ അത്രയും
മികച്ചതാക്കുവാൻ ശ്രമിച്ചു. മിക്കവാറും എല്ലാവരും ഭക്ഷണം പാകം
ചെയ്യുന്ന ജോലിയിൽ ഇടപെടുന്നതുകൊണ്ട്, തന്റെ പുതിയ കണ്ടുപി
ടിത്തത്തിന്റെ അപകടസാധ്യത തീരെ ഇല്ലാതാക്കുക എന്നതായിരുന്നു
അദ്ദേഹത്തിന്റെ ലക്ഷ്യം.

ഒരു വിരുന്ന്

റോയൽ സൊസൈറ്റിയിലെ അംഗമായിരുന്നു പപിൻ എന്നുപറ
ഞ്ഞുവല്ലോ. ഒരു തവണ ഈ സൊസൈറ്റിയിലെ അംഗങ്ങൾക്കുള്ള വിരു
ന്നിൽ പാചകം പപിന്റെ പുതിയ 'യന്ത്ര'ത്തിലായിരുന്നു. അദ്ദേഹത്തിന്റെ
പുതിയ സംവിധാനത്തിലുള്ള ഭക്ഷണ പാചകത്തെക്കുറിച്ച് റോയൽ
സൊസൈറ്റിയിലെ ഒരു അംഗമായ ജോൺ ഈവ്‌ലിൻ ഡയറിയിൽ താഴെ
ക്കാണും പ്രകാരം കുറിച്ചിട്ടു:

1682 ഏപ്രിൽ 12. റോയൽ സൊസൈറ്റിയിലെ ഏതാനും അംഗങ്ങ
ളുടെകൂടെ ഞാനും അത്താഴത്തിനിരുന്നു. ഇറച്ചിയും മത്സ്യവും സമൃദ്ധ
മായി ഉണ്ടായിരുന്നു. എല്ലാം പാകംചെയ്തതാകട്ടെ പപിൻ തന്റെ പുതിയ
ഡൈജസ്റ്റിലും. ഈ പുതിയ ഉപകരണം എത്രമാത്രം നല്ലതാണെന്ന്
പരീക്ഷിക്കുകയും ആകാമല്ലോ. കടിച്ചാൽ പൊട്ടാത്ത എല്ലിൻ കഷ്ണ
ങ്ങൾകൂടി വെണ്ണപോലെ ആയിരിക്കുന്നു എന്നുപറഞ്ഞാൽ ഒട്ടുംതന്നെ
അതിശയോക്തിയില്ല. മത്സ്യത്തിന്റെ മുള്ളിന്റെ കാര്യം പറയുക
കൂടിവേണ്ട. അത്രയുമല്ല അധികം വെള്ളം ഒഴിക്കാതെ തന്നെ കറികൾക്ക്
ആവശ്യമായ ചാറും ഉണ്ട്. സ്വാദിന്റെ കാര്യത്തിൽ സാധാരണ രീതി
യിൽനിന്ന് ഒരു പടികൂടി മുന്നിൽ എന്നേ പറയാവൂ. ഞങ്ങൾക്കാകെ
ഈ പുതിയ സമ്പ്രദായം 'ക്ഷ' പിടിച്ചു.

പരിപാടികാണാൻ ശുപാർശക്കത്ത്

തന്റെ പുതിയ സംരംഭത്തെക്കുറിച്ച് വിശദീകരിക്കുവാൻ എല്ലാ തിങ്ക
ളാഴ്ചയും ഉച്ചകഴിഞ്ഞ് മൂന്നുമണിക്ക് പപിൻ ഒരു അവസരമുണ്ടാക്കി.
അസാധാരണമായ തിരക്ക് ഒഴിവാക്കുവാൻ, റോയൽ സൊസൈറ്റിയുടെ
ശുപാർശക്കത്തുമായി വന്നവരെ മാത്രമേ ഈ പരിപാടിക്ക് അദ്ദേഹം

പ്രവേശിപ്പിച്ചിരുന്നുള്ളൂ. ഈ പുതിയ സംരംഭത്തില്‍ ചാള്‍സ് രണ്ടാമന്‍ (1630-1685) അതീവ സന്തുഷ്ടി പ്രകടിപ്പിച്ചു.

ഡാര്‍വിന്റെ സഹായി

ചാള്‍സ് ഡാര്‍വിനെക്കുറിച്ച് നിങ്ങള്‍ കേട്ടുകാണും. അതിപ്രശസ്ത നായ ജീവശാസ്ത്രജ്ഞന്‍. ഗവേഷണത്തില്‍ മുഴുകിയ അദ്ദേഹം നടത്തിയ യാത്രകളുടെ കഥ വിവരിക്കുവാന്‍ വലിയൊരു പുസ്തകം തന്നെ വേണ്ടിവരും. ഡാര്‍വിനും സംഘവും തെക്കെ അമേരിക്കയിലെ മെന്‍ഡോസയില്‍ ആയിരുന്ന സമയം. സമുദ്രനിരപ്പില്‍നിന്ന് വളരെ മുക ളിലോട്ടുപോകുംതോറും മര്‍ദം കുറഞ്ഞുകുറഞ്ഞുവരുമെന്ന് അദ്ദേഹ ത്തിന് അറിയാമായിരുന്നു. ഡാര്‍വിനും സംഘവും 11,000 അടിയില്‍ കൂടു തല്‍ ഉയരത്തില്‍ വിശ്രമിക്കുകയായിരുന്നു. കൂടെ ഉണ്ടായിരുന്നവര്‍ക്ക് വലിയ ആശയക്കുഴപ്പം. ഉരുളക്കിഴങ്ങ് വേവിക്കുവാന്‍ കഷണം പാത്ര ത്തിലിട്ട് രാത്രി മുതല്‍ രാവിലെ വരെ അടുപ്പിലെ തീയില്‍ വെച്ചാലും ശരി അത് വേവുന്ന പ്രശ്നമേയില്ല. എന്തുചെയ്യും? കൂട്ടുകാരുടെ ഈ ബുദ്ധിമുട്ട് ഡാര്‍വിന്റെ ശ്രദ്ധയില്‍പ്പെട്ടു. പപിന്റെ വേവിക്കല്‍ ഉപകരണ ത്തിലെ തത്ത്വം ഡാര്‍വിന് ഓര്‍മ്മവന്നുവത്രേ. എന്തുചെയ്യാം, ഉരുളക്കിഴ ങ്ങുവേവിക്കുവാന്‍ പപിന്റെ പാത്രം ഉപയോഗിക്കാറില്ലല്ലോ എന്നോര്‍ത്ത് അവര്‍ വിഷമിക്കുന്നതായും ഡാര്‍വിന്റെ ഡയറിക്കുറിപ്പുകളില്‍ കാണു ന്നു. എങ്ങനെയുണ്ട് കാര്യങ്ങളുടെ കിടപ്പ്.

4

നടത്താത്ത പരീക്ഷണം

ശാസ്ത്രത്തിന്റെ ചരിത്രം ശ്രദ്ധിച്ചാൽ ഒരു കാര്യം വ്യക്തമാകും: നേട്ടങ്ങളുടെ കാര്യത്തിൽ എല്ലാ കാലവും ഒരുപോലെ സമ്പുഷ്ടമല്ല. ചില കാലഘട്ടങ്ങൾ വളരെ സമ്പന്നമാണ്. അക്കാലത്ത് വിജ്ഞാന ത്തിന്റെ ഒരു പൊട്ടിത്തെറിതന്നെ ഉണ്ടാവും. പുത്തൻ അറിവിന്റെ ഒളി വീശാത്ത ഉറക്കം തൂങ്ങിയ നൂറ്റാണ്ടുകളുടെ നീണ്ടകാലഘട്ടവും ഇട യ്ക്കിടെ ഉണ്ടാവും.

അങ്ങനെ ഒരു ഉറക്കം കഴിഞ്ഞ് ഉണർന്നകാലമായിരുന്നു പതി നഞ്ചും പതിനാറും നൂറ്റാണ്ടുകൾ. ഒട്ടേറെ പുതിയ കണ്ടുപിടിത്തങ്ങൾ അക്കാലത്തുണ്ടായി. അമേരിക്കപോലുള്ള പുതിയ ഭൂഖണ്ഡങ്ങൾ കണ്ടു പിടിക്കപ്പെട്ടു. മതപ്രസ്ഥാനങ്ങളിൽ നവോത്ഥാനങ്ങളുണ്ടായി. അച്ചടി ആരംഭിച്ചു. പ്രകൃതിയെ ബോധപൂർവം പഠിക്കുവാൻ തുടങ്ങി...

കോപ്പർ നിക്സെ

ഏതാണ്ട് അഞ്ഞൂറുവർഷങ്ങൾക്കുമു മ്പ്, പോളണ്ടുകാരനായ ഒരു തത്വചിന്തകൻ വൈജ്ഞാനിക ലോകത്തെ ആകെ ഒന്നു ഞെട്ടിപ്പിച്ചു. കോപ്പർനിക്സസ് എന്നായിരുന്നു ആ ചിന്തകന്റെ പേർ. കേട്ടവർ കേട്ടവർ അമ്പരന്നുനിന്നു. ലോകത്തെ ആകെ ഞെട്ടിച്ച അദ്ദേഹത്തിന്റെ സിദ്ധാന്തം എന്താ യിരുന്നുവെന്നോ? അതിതാണ്—ഈ പ്രപ ഞ്ചത്തിന്റെ കേന്ദ്രം സൂര്യനാണ്; അതിനു ചുറ്റും ഭൂമി കറങ്ങിക്കൊണ്ടിരിക്കുന്നു—

കോപ്പർനിക്സസ്

ഇത്രയും പറഞ്ഞതിന് അന്നുള്ളവർ എന്തിന് ഞെട്ടി എന്നറിയേണ്ടേ? കേട്ടോളൂ.

പൗരാണികരുടെ വിശ്വാസപ്രമാണം മറ്റൊന്നായിരുന്നു. അതുകൊണ്ടു തന്നെ കോപ്പർനിക്കസിന്റെ പുതിയ സിദ്ധാന്തം സ്വീകരിക്കുവാൻ അവർ മടിച്ചുനിന്നു. പുരാതന തത്വചിന്തകനായ അരിസ്റ്റോട്ടിലും കൂട്ടരും പറഞ്ഞുവച്ച കാര്യങ്ങളായിരുന്നു 'ശരി' എന്നാണ് അന്നുള്ളവർ വിശ്വസിച്ചത്.

അങ്ങനെയിരിക്കെ ശാസ്ത്രലോകത്ത് അറിവിന്റെ പുതിയ കൈവഴികൾ വെട്ടിത്തുറന്നു മറ്റൊരു ധീഷണാശാലി ജനിച്ചു—ഗലീലിയോ; 1564-ൽ. മൈക്കൽ

അരിസ്റ്റോട്ടിൽ

ആഞ്ചലോ മരിച്ച അതേദിവസം (1564 ഫെബ്രുവരി18).

ഡോക്ടറാകാൻ പോയി

വൈദ്യശാസ്ത്രമായിരുന്നു അദ്ദേഹം ആദ്യം പഠിക്കുവാൻ തുടങ്ങിയത്. പിന്നീട് പഠനം ഗണിതത്തിലേക്കു തിരിച്ചു. പരീക്ഷണവിധേയമായി 'ശരി' എന്നു തെളിഞ്ഞ കാര്യങ്ങൾ മാത്രമേ അദ്ദേഹം സ്വീകരിക്കുവാൻ തയ്യാറായുള്ളൂ. അരിസ്റ്റോട്ടിലിന്റെയും മറ്റു തത്ത്വചിന്തകരുടെ പഠനങ്ങൾ വായിക്കുകയും അവയെക്കുറിച്ചു ചർച്ച ചെയ്യുകയും മാത്രം പോര എന്നും ഗലീലിയോക്കു തോന്നി. അതുകൊണ്ടുതന്നെ അദ്ദേഹത്തിന് ഒട്ടേറെ എതിർപ്പുകൾ നേരിടേണ്ടതായും വന്നു. ഒഴുക്കിനെതിരെ നീന്തിയവർക്ക് എക്കാലത്തും ധാരാളം എതിർപ്പുകൾ ഉണ്ടായതായി ചരിത്രം നമ്മെ പഠിപ്പിക്കുന്നുണ്ടല്ലോ. അതുകൊണ്ടുതന്നെ ഗലീലിയോയുടെ കാര്യത്തിലും അത്ഭുതപ്പെടേണ്ടതില്ല.

ഇറ്റലിയിലെ പിസ യൂണിവേഴ്സിറ്റിയിലെ ഗണിതാധ്യാപകനായിരുന്നു ഗലീലിയോ-1590 കാലം. വസ്തുക്കൾ വായുവിൽ വീഴുന്നതിന്റെ വേഗം കണക്കാക്കുവാൻ ഒരു പൊതുസ്ഥലത്ത് ഒരു പരീക്ഷണം നടത്തുന്നതിന് അദ്ദേഹം നിശ്ചയിച്ചു.

കാണാൻ പറ്റാത്ത ശക്തി

ഇടയ്ക്ക് മറ്റു ചില കാര്യങ്ങൾ കൂടി. തള്ളുകയോ വലിക്കുകയോ ചെയ്തില്ല എങ്കിൽ ഒരു വസ്തുവും അനങ്ങുകയില്ല. ഈ തള്ളലിനേയും വലിക്കലിനേയും ബലങ്ങൾ എന്നുപറയുന്നു. കിണർ കുഴിക്കുമ്പോൾ അടിഭാഗത്തുള്ള പാറക്കഷണങ്ങളും മണ്ണും കുട്ടകളിലാക്കി ബലം പ്രയോഗിച്ചാണല്ലോ മുകളിലേക്കു കൊണ്ടുവരുന്നത്. അവിടെയും ബലം

പ്രയോഗിക്കുന്നുണ്ടല്ലോ. മേശപ്പുറത്തുകിടക്കുന്ന ആണിയുടെ സമീപം കാന്തംകൊണ്ടു ചെല്ലുമ്പോൾ ആണി കാന്തത്തിന്റെ അടുത്തേക്കുനീങ്ങി കാന്തത്തിൽ ഒട്ടിപിടിക്കുന്നു. മറ്റൊരു തരത്തിൽ പറഞ്ഞാൽ കാന്തം ഒരു 'ശക്തി' കൊണ്ട് ഇരുമ്പാണിയെ തന്നിലേക്ക് പിടിച്ചുവലിച്ച് കൊണ്ടു വരുന്നു. ഈ ശക്തി നമുക്കു കാണുവാൻ സാധിക്കുകയില്ല എന്ന കാര്യം ശരി. അതുപോലെ ഏതൊരു വസ്തുവേയും ഭൂമി തന്നിലേക്കു പിടിച്ചു വലിക്കുന്നു. ഈ വലിക്കൽ ശക്തിയാണ് ഭൂമിയുടെ ഗുരുത്വാകർഷണം. യുദ്ധകാലത്തായിരുന്നു ഭൂമിയുടെ ഈ കഴിവിനെക്കുറിച്ച ആവശ്യം ഏറ്റവും പ്രധാനമായി ആവശ്യമായത്. വെടിയുണ്ടയുടെ സഞ്ചാരമാർഗം, അതിന് എത്രദൂരം പോകുവാൻ സാധിക്കും, എത്രദൂരം പിന്നിട്ടാണ് ഭൂമിയിൽ പതിക്കുന്നത് ഇത്യാദികാര്യങ്ങൾ മുൻകൂട്ടിത്തന്നെ അറിയേ ണ്ടത് നിലനിൽപ്പിന്റെ തന്നെ ആവശ്യമായി വന്നു. സ്ഫോടനം വഴി ലഭിക്കുന്ന ശക്തികൊണ്ട്, ഉണ്ട ചീറിപ്പായും, ഭൂഗുരുത്വംകൊണ്ട് അത് നിലത്തുവന്ന് വീഴും. അതിനാൽ രണ്ടുതരം ശക്തികൾ വെടിയുണ്ടയെ സ്വാധീനിക്കുന്നുണ്ട് എന്നുപറയേണ്ടിവരുന്നു.

ശരിയായ തെറ്റ്

വായുവിൽ ഒരു വസ്തുവീഴുന്ന കാര്യം പണ്ടു പണ്ടേ ശാസ്ത്ര ജ്ഞരെ ചിന്തിപ്പിച്ചിരുന്ന വസ്തുതയാണ്. ഭാരം കുറഞ്ഞ വസ്തുക്കളേ ക്കാൾ വേഗത്തിൽ ഭാരം കൂടിയ വസ്തുക്കൾ ഒരിടത്തുനിന്ന് ഭൂമിയിൽ വീഴുന്നു എന്ന് അരിസ്റ്റോട്ടിൽ അഭിപ്രായപ്പെട്ടു. അതായത് ഒരു തെങ്ങിന്റെ 'മണ്ട'യിൽ നിന്ന് 5 കിലോ ഭാരമുള്ള വെട്ടുകത്തിയും 50 കിലോ ഭാര മുള്ള ഒരാളും ഒരേസമയം പ്രത്യേകം പ്രത്യേകമായി താഴോട്ടു വീഴുന്നു എങ്കിൽ വെട്ടുകത്തി വീഴുന്നതിന്റെ പത്തിരട്ടി വേഗത്തിൽ ആ മനുഷ്യൻ താഴോട്ടുവീഴും എന്നായിരുന്നു തത്വചിന്തകരിൽ അഗ്രഗണ്യനായ അരി സ്റ്റോട്ടിലിന്റെ വാദം. അരിസ്റ്റോട്ടിൽ പറഞ്ഞു എന്ന ഒറ്റക്കാരണംകൊണ്ടു തന്നെ ജനം അത് കണ്ണടച്ചു വിശ്വസിച്ചു. പക്ഷേ, ഇത് ശരിയായിരി ക്കുമോ എന്നായി ഗലീലിയോയുടെ സംശയം. ഒന്നു പരീക്ഷിച്ചുനോ ക്കിക്കളയാം. വലിയ മുതൽമുടക്കൊന്നും ഇല്ലല്ലോ എന്ന് അദ്ദേഹം കരു തി. ശാസ്ത്രചരിത്രത്തിലെ അതിപ്രധാനമായ ഒരു വഴിത്തിരിവായിരുന്നു ഇത്തരത്തിലുള്ള അദ്ദേഹത്തിന്റെ മാറിയ ചിന്ത.

തെളിവുകാട്ടൽ?

പരീക്ഷണം നടത്തുവാൻ പറ്റിയ ഒരു സ്ഥലം വേണം. കാഴ്ചക്കാ രായി കുറെ ആൾക്കാർ വേണം. ഗലീലിയോയുടെ ചിന്ത അപ്രകാര മാണ് പോയത്. അവസാനം പിസയിലെ ചരിത്ര പ്രസിദ്ധമായ., ചരിഞ്ഞ ഗോപുരം തന്നെയാണ് പരീക്ഷണത്തിന് പറ്റിയതെന്നും തീരുമാനിച്ചു. ചരിഞ്ഞ ഗോപുരം ചരിത്രപ്രസിദ്ധമെന്നു പറഞ്ഞുവല്ലോ. ഏഴു നിലക ളുള്ള ഈ ഗോപുരത്തിന് സുമാർ അറുപതു മീറ്റർ ഉയരമുണ്ട്. കൂടാതെ

ഒരു മണി ഗോപുരവും. പള്ളി മണി അടിക്കുന്നതിന് ഇത് വർഷങ്ങളായി ഉപയോഗിച്ചുപോ രുന്നു. കണ്ടാൽപേടി തോന്നുന്ന രീതിയിൽ ഗോപുരത്തിന് ഒരു ചെരിവുണ്ട്. പണി പകുതിയായ പ്പോൾ ചെരിഞ്ഞുതുടങ്ങിയതാ ണെന്ന് പറയപ്പെടുന്നു. ഏഴാ മത്തെ നിലയിൽ കയറിനിന്ന് താഴോട്ടുനോക്കിയാൽ റോഡി ലെ ആൾക്കാരെ വ്യക്തമായി കാ ണുകയും ചെയ്യും.

ഗലീലിയോ

അങ്ങനെ ആ സംഭവത്തി നുള്ള എല്ലാ ശ്രമങ്ങളും ഗലീ ലിയോ ഒരുക്കി. രണ്ടു ലോഹഗോളങ്ങൾ. ഒന്നിന്റെ (A) പത്തിരട്ടി ഭാര മുണ്ടായിരുന്നു രണ്ടാമത്തെ (B) ഗോളത്തിന്. ചെരിഞ്ഞ ഗോപുരത്തിന്റെ മുകളിൽ കയറി താഴോട്ടു നോക്കിയപ്പോൾ റോഡിൽ നിറയെ ആളു കൾ. ഗലീലിയോയുടെ പരീക്ഷണം നേരിട്ടുകാണുവാൻ തിങ്ങിക്കഴിഞ്ഞി രിക്കുകയായിരുന്നു അവർ. പ്രൊഫസർമാരും വിദ്യാർഥികളും സാധാര ണജനങ്ങളും എല്ലാം അക്കൂട്ടത്തിൽ ഉണ്ട്. നൂറ്റാണ്ടുകളായി തങ്ങൾ വിശ്വസിച്ചുപോന്ന ധാരണകൾ പൊളിച്ചെഴുതുവാനാണിയാൾ പരീ ക്ഷണം നടത്തുന്നത് എന്നും അവർക്കറിയാമായിരുന്നു. അതുകൊണ്ടു തന്നെ പലരും അക്ഷമരായി കണ്ടു. ചിലർക്കാകട്ടെ അദ്ദേഹത്തോട് തീരാത്ത പകയുള്ളതുപോലെ. മുതിർന്നവരുടെ ധാരണകൾ തിരുത്തി ക്കുറിക്കുവാൻ കച്ചകെട്ടി ഇറങ്ങിയ ഈ ചെറുപ്പക്കാരന്റെ വിഡ്ഢിത്ത ത്തെക്കുറിച്ച് ആലോചിക്കാത്തവരും ഇല്ലാതില്ല.

ഭാരവ്യത്യാസമുള്ള ഈ രണ്ടു ലോഹഗോളങ്ങൾ ഗോപുരത്തിന്റെ ഏഴാമത്തെ നിലയിൽ ഒരേസ്ഥാനത്ത് കെട്ടിത്തൂക്കി. ഒരേസമയത്തു തന്നെ അവ താഴോട്ട് വീഴ്ത്തി. ജനം അക്ഷമരായി, കണ്ണിമയ്ക്കാതെ നോക്കി. ഭാരംകൂടിയത് മറ്റേതിനേക്കാൾ അതിവേഗത്തിൽ നിലംപതി ക്കുമെന്ന് ഭൂരിപക്ഷംപേരും ആത്മാർഥമായി വിശ്വസിച്ചു. നിലത്തുവീണ് രണ്ടു ശബ്ദങ്ങൾ കേൾക്കുമെന്നവർ പ്രതീക്ഷിച്ചു. പക്ഷേ, സംഭവിച്ചത് മറിച്ചായിരുന്നു. രണ്ടുഗോളങ്ങളും ഒരേ സമയത്ത് നിലംപതിച്ചു. അങ്ങനെ നൂറ്റാണ്ടുകളായി നിലനിന്നിരുന്ന വിശ്വാസപ്രമാണം രണ്ടുഗോളങ്ങളും ഒരേസമയത്ത് നിലംപതിച്ച ശബ്ദത്തോടൊപ്പം തകർന്നുതരിപ്പണമായി. ചെറുപ്രായക്കാരനായ ഗലീലിയോ കണ്ടുനിന്നവരുടെയും കേട്ടറിഞ്ഞ വരുടെയും മുന്നിൽ അക്ഷരാർഥത്തിൽ ഒരു ഹീറോതന്നെ ആയി. തന്റെ

പരീക്ഷണം വീണ്ടും വീണ്ടും ആവർത്തിച്ച്, അദ്ദേഹം ജനങ്ങളുടെ സംശയം പാടെ മാറ്റുകയും ചെയ്തതായും പറയപ്പെടുന്നു.

കഥ ശരിയോ?

നൂറ്റാണ്ടുകളുടെ പഴക്കമുണ്ട് ഇക്കഥയ്ക്ക്. ഗലീലിയോയുടെ, പിസ യിലെ ചരിഞ്ഞ ഗോപുരത്തിലെ പരീക്ഷണത്തെക്കുറിച്ച് കേൾക്കാത്ത വരായി ഇന്ന് ഒരുപക്ഷേ, ആരും ഉണ്ടാകുകയും ഇല്ല. ശാസ്ത്രചരിത്ര ത്തിലെ ഒരു പ്രധാന സംഭവമായി ഇതിനെ കണക്കാക്കിപ്പോരുന്നു.

പക്ഷേ!

എന്താണൊരു 'പക്ഷേ' എന്ന് നിങ്ങൾ ചോദിക്കുമായിരിക്കാം. എങ്കിൽ കേട്ടോളൂ. മുകളിൽ പറഞ്ഞ കഥ ഒരു കെട്ടുകഥയാണെന്നറി ഞ്ഞാലോ? വാസ്തവം അങ്ങനെയാണ്. എന്തുകൊണ്ടാണ് ഇങ്ങനെ പറ യുന്നത് എന്നുനോക്കാം. ഒട്ടേറെ പുസ്തകങ്ങൾ ഗലീലിയോ രചിച്ചി ട്ടുണ്ട്. അവയിൽ ഒരിടത്തെങ്കിലും ഇത്തരമൊരു പരീക്ഷണം നടത്തിയ തായി അദ്ദേഹം സൂചിപ്പിച്ചിട്ടുകൂടി ഇല്ല—അതും അതിപ്രധാനമായ ഒരു ശാസ്ത്രകണ്ടുപിടിത്തത്തിന്റെ കാര്യം. ഗലീലിയോയുടെ സമകാലിക രായ പലരും അദ്ദേഹത്തെക്കുറിച്ച് ഒട്ടേറെ ഗ്രന്ഥങ്ങൾ രചിച്ചിട്ടുണ്ട്. അവ രാരും ചരിഞ്ഞ ഗോപുരത്തിലെ പരീക്ഷണം ഒരിടത്തും പരാമർശിക്കു ന്നില്ല. അതുകൊണ്ടുതന്നെ, ചരിത്ര പ്രസിദ്ധമെന്നു കൊട്ടിഘോഷിക്ക പ്പെടുന്ന ഈ പരീക്ഷണം നടന്നിട്ടില്ല എന്നു തെളിയുന്നുണ്ടല്ലോ.

പിന്നെ എങ്ങനെ ഇത്തരമൊരുകഥയുണ്ടായി? അതും കാതലായ ഒരു പ്രശ്നമാണല്ലോ. ഗലീലിയോയുടെ ഒരു ജീവചരിത്രകാരനാണ് വിവി യാനി. അദ്ദേഹത്തിന് പ്രസിദ്ധ ശാസ്ത്രജ്ഞനായ ഗലീലിയോയെക്കു റിച്ച് വലിയ മതിപ്പുണ്ടായിരുന്നുതാനും. അങ്ങനെ വിവിയാനി എഴുതിയ ഗലീലിയോയുടെ ജീവചരിത്രത്തിലാണ് ചരിഞ്ഞഗോപുരത്തിൽ വച്ച് പ്രസിദ്ധമായ ഈ പരീക്ഷണം നടന്നു എന്ന് ആദ്യമായി കണ്ടതും. അതും പ്രസ്തുത പരീക്ഷണം നടന്നു എന്നുപറയുന്നതിന്റെ അറുപ ത്തിനാലുവർഷം കഴിഞ്ഞ്. ആരാധകർ, തങ്ങളുടെ ഹീറോയുടെ ജീവ ചരിത്രം എഴുതുമ്പോൾ അവർ മനസ്സിൽ വിചാരിക്കാത്ത സംഗതികൾ കൂടി എഴുതിച്ചേർക്കുന്ന പതിവ് ശാസ്ത്രത്തിന്റെ ചരിത്രത്തിലും ഒട്ടേ റെയുണ്ട്. വിവിയാനിയും അതുതന്നെ ചെയ്തു എന്നുകരുതിയാൽ മതി. വസ്തുക്കൾ താഴോട്ടുവീഴുന്ന വേഗം അവയുടെ ഭാരത്തിന് ആനുപാ തികം ആണ് എന്ന അരിസ്റ്റോട്ടിലിന്റെ ചിന്താധാരയെ എതിർത്തവർ ഗലീലിയോയ്ക്ക് മുമ്പും ഉണ്ട്.

ഇറ്റലിക്കാരനായ ഗലീലിയോ (Galileo Galilei 1594-1642) ഭൗതികം, ഗണിതം, ജ്യോതിശാസ്ത്രം, തത്വചിന്ത തുടങ്ങിയ ഒട്ടേറെ ശാസ്ത്രശാഖകളിൽ സമ്പന്നമായ ധൈഷണിക മുതൽക്കൂട്ട് നടത്തി. 'ആധുനിക നിരീക്ഷണാത്മക ജ്യോതിശാസ്ത്രം', ആധുനിക 'ഭൗതികം', ഇവയുടെയൊക്കെ 'പിതാവായി' ഗലീലിയോ കണക്കാക്കപ്പെടുന്നു.

വീഴുന്ന വസ്തുക്കളുടെ അടി സ്ഥാനിയമം ചിട്ടപ്പെടുത്തിയ ശാസ്ത്രജ്ഞനാണ് അദ്ദേഹം. പ്രകൃതിനിയമങ്ങൾ ഗണിതപര മെന്ന് ആദ്യമായി പ്രഖ്യാപിച്ചതും ഗലീലിയോ തന്നെ. ജൂപ്പിറ്ററിന്റെ 4 വൻ ഉപഗ്രഹങ്ങൾ ഉദ്ദേശം 400 വർഷം മുമ്പ് ഗലീലിയോ കണ്ടു പിടിച്ചു. ഈ നാലെണ്ണം ഗലീലി യൻ 'ചന്ദ്രൻ'മാർ എന്ന പേരിൽ അറിയപ്പെടുന്നു. കോപ്പർ നിക്ക സിന്റെ സിദ്ധാന്തങ്ങളെ പൂർണ മായും അദ്ദേഹം പിൻതാങ്ങി. 'ആധുനിക ഭൗതിക'ത്തിന്റെ മുഖ്യശില്പിയായി പരിഗണിക്കേ ണ്ടത് ഗലീലിയോവിനെ ആ ണെന്ന് പ്രമുഖ സൈദ്ധാന്തിക

ആൽബർട്ട് ഐൻസ്റ്റീൻ

ഭൗതികജ്ഞൻ സ്റ്റീഫൻ ഹോക്കിങ് (1942–) കണക്കാക്കുമ്പോൾ 'ആധു നികശാസ്ത്രത്തിന്റെ പിതാവായി' ഗലീലിയോവിനെ ആൽബർട് ഐൻസ്റ്റീൻ (1879–1955) വിലയിരുത്തി. ചാന്ദ്രപ്രതലത്തിലെ ഗർത്തങ്ങളും കുന്നുകളും ആദ്യമായി റിപ്പോർട്ട് ചെയ്തതും ഗലീലിയോ തന്നെ.

ഭൂകേന്ദ്ര പ്രപഞ്ച സിദ്ധാന്ത ത്തിൽ അടിയുറച്ചു വിശ്വസിച്ച അക്കാ ലത്തെ ക്രിസ്ത്യൻ മേധാവികൾ ഗലീലിയോയുടെ സൂര്യകേന്ദ്രപ്രപഞ്ച സിദ്ധാന്തം നിശിതമായി എതിർത്തു. അങ്ങനെ അദ്ദേഹം ജയിൽശിക്ഷ യ്ക്കു വിധിക്കപ്പെട്ടു (1633–ൽ). പ്രായ വും അനാരോഗ്യവും കാരണം ഈ ശിക്ഷ വീട്ടുതടങ്കൽ ആയി ഇളവു ചെയ്യപ്പെട്ടു. അവിടെ കിടന്ന് അദ്ദേഹം അന്തരിച്ചു (1642). വൈദ്യശാസ്ത്രം പഠിക്കുവാനായി 'പിസ' സർവകലാ ശാലയിൽ ചേർന്നെങ്കിലും ഗാഢമായ ഗണിതതാൽപ്പര്യം കാരണം ആ പഠനം നിർത്തിയ കഥയും പ്രത്യേകം എടുത്തു പറയേണ്ടതാണ്. 'തെളിയി ക്കപ്പെടുമ്പോൾ എല്ലാ സത്യങ്ങളും എളുപ്പം മനസിലാകും. 'തെളിയിക്ക പ്പെടുക' എന്നതു മാത്രമാണ്

സ്റ്റീഫൻ ഹോക്കിങ്

പ്രശ്നം"— ഗലീലിയോയുടെ എന്നു വിശ്വസിക്കപ്പെടുന്ന പ്രസ്താവന
യാണിത്.

ബഹുമുഖങ്ങൾ

ആർക്കിമിഡിസിനുശേഷം ഭൗതികശാസ്ത്രത്തിൽ ഇത്രയേറെ
ഗവേഷണങ്ങൾ നടത്തിയ മറ്റൊരു ശാസ്ത്രജ്ഞനില്ല തന്നെ. നാൽപ്പ
ത്തിയെട്ടാമത്തെ വയസ്സിൽ മരണശയ്യയിൽ കിടക്കുമ്പോൾ ഒരു ചിത്ര
കാരനാകുവാൻ സാധിച്ചില്ലല്ലോ, മനോഹരമായ ഒരു പ്രതിമ കൊത്തി
യുണ്ടാക്കുവാനായില്ലല്ലോ, കവിത എഴുതിയില്ലല്ലോ...ഇതൊക്കെയായി
രുന്നു അദ്ദേഹത്തിന്റെ ദുഃഖങ്ങൾ. ഇതൊക്കെയാകാമായിരുന്ന തരത്തി
ലുള്ള ഒരു പ്രതിഭയായിരുന്നു ഗലീലിയോ.

5
പത്രവിതരണക്കാരൻ കുട്ടി

1791 ൽ യോക്ഷയറിൽ നിന്ന് പാവപ്പെട്ട ഒരു കൊല്ലൻ ലണ്ടനി ലേക്ക് താമസംമാറ്റി. വളരെ നിസ്സാരമായ ഒരു സംഭവം അല്ലേ? ശരി യാണ്. അന്നും ഇന്നും എത്രയോ പേർ ഏതെല്ലാം സ്ഥലങ്ങളിൽനിന്ന് അങ്ങോട്ടും ഇങ്ങോട്ടും മാറി താമസിക്കുന്നു. പക്ഷേ, ചരിത്രത്തിന്റെ പ്രയാണത്തിൽ ദുർലഭമായേ പ്രത്യേകതകൾ ഉള്ള ഇത്തരം സംഭവ ങ്ങൾ ഉണ്ടാകാറുള്ളൂ. അത്തരത്തിൽ ഒന്നാണ് ഇവിടെ സംഭവിച്ചിരിക്കു ന്നത് എന്നോർത്താൽമതി. പറഞ്ഞു വന്നത്, ഒരു കൊല്ലൻ ലണ്ടനിലേക്ക് താമസം മാറ്റിയ കാര്യമാണല്ലോ. അയാൾ രോഗംപിടിച്ച് അവിടെകിടന്ന് പെട്ടെന്നുമരിച്ചു. മരണസമയം ഭാര്യ ഗർഭിണിയായിരുന്നു. അവർ പ്രസ വിച്ച കുട്ടിയാണ് പിന്നീട് പ്രസിദ്ധനായ മൈക്കൽ ഫാരഡെ. അച്ഛൻ ഇല്ലാത്തതിനാൽ ആ കുട്ടിയുടെ കുടുംബം പട്ടിണിയിൽ ആയി. അതി നാൽ ചെറുപ്പത്തിൽതന്നെ മൈക്കലിന് തന്റെ കുടുംബം പോറ്റുവാനായി ജോലി ചെയ്യേണ്ടിവന്നു.

മുഷിപ്പൻ രീതി

നിങ്ങൾ പത്രം വായിക്കാറുണ്ടല്ലോ. പത്രമാസികകൾ വിൽക്കുന്ന കുട്ടികളെ ഒരുപക്ഷേ ശ്രദ്ധിച്ചുകാണുകയില്ല. നമ്മുടെ നാട്ടിലും ഇത്ത രക്കാർ ഒട്ടേറെയുണ്ട്. ഇന്നും. അങ്ങനെ ഒരു പുസ്തകക്കടയിലെ 'വിളി ച്ചതും പറഞ്ഞതും' കേൾക്കുവാനുള്ള ജോലിക്കാരനായിരുന്നു മൈക്കൽ ഫാരഡെ (1791–1867). ദിവസവും ദിനപത്രം വിതരണം നടത്തണം. അന്ന് വെറും പതിമൂന്നുവയസ്സ് പ്രായമായിരുന്നു ആ കുട്ടിക്. അതൊന്നുമല്ല തമാശ. ഇന്ന് നമുക്ക് എങ്ങനെയാണ് രാവിലെ ദിനപത്രം കിട്ടുകയെന്ന് എല്ലാവർക്കും അറിയാം. സൈക്കിളിൽവന്ന് വീട്ടുമുറ്റത്തേക്ക് പത്രം ചുരു

ട്ടിയെറിഞ്ഞ് അയാൾ യാത്ര തുടരും. ഒരു മണിക്കൂർകൊണ്ട് ഒട്ടേറെ ദിനപത്രം വിതരണം ചെയ്തുകാണും. എന്നാൽ ഫാരഡെയുടെ കാലത്ത് അതായിരുന്നില്ല രീതി. പത്രം ഒരു വീട്ടിൽ കൊടുക്കും. ഫാരഡെ വീട്ടു മുറ്റത്ത് കാത്തു നിൽക്കും. അരമണിക്കൂർ കൊണ്ട് വീട്ടുകാർ പത്രം വായിക്കും. ഫാരഡെ അത് തിരിച്ചുവാങ്ങും. അടുത്തവീട്ടിൽ കൊടുത്ത് അവരും വായിച്ചുതീരുന്നതുവരെ അവിടെ കാവൽനിൽക്കും. എങ്ങനെ യുണ്ട്? അതായിരുന്നു അന്നത്തെ പതിവ്. എന്തൊരു മുഷിപ്പൻ രീതി.

ബുക്ക്ബൈൻഡർ

ഒരുവർഷം കഴിഞ്ഞപ്പോൾ അദ്ദേഹം ബുക്ക്ബൈൻഡിങ്ങ് പഠിച്ചു. മൈക്കലിന്റെ ജീവിത ത്തിലെ വഴിത്തിരിവിന്റെ സംഭവ മായിരുന്നു അത്. പുസ്തക ബൈൻഡിങ്ങ് കടയിൽ ജോലി ചെയ്തുകൊണ്ടിരുന്നപ്പോൾ അവിടെ ധാരാളം പുസ്തകങ്ങൾ വരുമല്ലോ. ഇദ്ദേഹം അവ അ ത്യാർത്തിയോടെ വായിച്ചുതീർ ക്കുവാൻ തുടങ്ങി. അന്ന് രസ തന്ത്രം പഠിക്കുന്നവരിൽ വ്യാപക മായ തോതിൽ പ്രചാരത്തിലുണ്ടാ യിരുന്ന ഒരു ഗ്രന്ഥം (Conversa-tions on Chemistry) മൈക്ക ലിനും ഇഷ്ടമായി. ശാസ്ത്രം പഠിക്കുവാനുള്ള ആഗ്രഹം അദ്ദേ ഹത്തിൽ ജനിപ്പിച്ച പുസ്തകമാ

മൈക്കൽ ഫാരഡെ

യിരുന്നു അത്. അധികം താമസിച്ചില്ല. വൈകുന്നേരങ്ങളിൽ—ജോലി കഴിഞ്ഞ നേരങ്ങളിൽ—അദ്ദേഹം ക്ലാസുകളിൽ സ്ഥിരമായി പോയിത്തു ടങ്ങി. പഠിപ്പിക്കുന്നത് വൃത്തിയായി നോട്ടുപുസ്തകങ്ങളിൽ കുറിച്ചുവെ ച്ചു. കഠിനാധ്വാനത്തിന്റെയും വളരുവാനുള്ള മോഹത്തിന്റെയും ഒന്നാം തരം ഉദാഹരണമായിരുന്നു ആ കുട്ടിയുടെ ബാല്യകാലം.

മൈക്കൽ ഫാരഡെയുടെ ജീവിതത്തിലെ വസന്തോൽസവദിനം വന്നെത്തി. എന്നാണെന്നല്ലേ? പറയാം. തെറ്റിദ്ധരിക്കരുത്, ഭാഗ്യക്കുറി അടിച്ചവാർത്തയൊന്നുമല്ല പറയുവാൻ പോകുന്നത്. സർ ഹംഫ്രി ഡാവി (1778-1829) രസതന്ത്രത്തിൽ സുന്ദരമായ പൊതുപ്രസംഗങ്ങൾ നടത്തി യിരുന്നകാലം. ധാരാളം പ്രമുഖർ സ്ഥിരമായി അദ്ദേഹത്തിന്റെ പ്രസംഗം

സർ ഹംഫ്രി ഡാവി

കേൾക്കുവാൻ പോകുകയും ചെയ്തി രുന്നു. അങ്ങനെയിരിക്കെ ഒരു പരിച യ്ക്കാരൻ മൈക്കലിനെയും ആ പ്രസംഗം കേൾക്കുവാൻ കൊണ്ടുപോ യി. ഡാവിയുടെ നാലുപ്രസംഗങ്ങൾ ആ കുട്ടി കേട്ടു. പ്രധാനപ്പെട്ട കാര്യ ങ്ങൾ ബാലനായ ഫാരഡെ കുറിച്ചെ ടുത്തു. വീട്ടിൽവന്ന് അവ വിശദമായി വീണ്ടും എഴുതി. 386 പേജുകളിൽ ഡാവിയുടെ പ്രസംഗങ്ങൾ ഫാരഡെ എഴുതി അത് ബൈൻഡ് ചെയ്ത് വൃത്തിയുള്ള പുസ്തകമാക്കി.

രക്ഷപ്പെടൽ

ആദ്യമായി ഫാരഡെയ്ക്ക് എങ്ങനെയെങ്കിലും ഒന്നുരക്ഷപ്പെടണം എന്നുതോന്നി. സ്വാർഥചിന്താഗതിയാണ് അതെന്നും അദ്ദേഹത്തിനറിയാ മായിരുന്നു. പുസ്തകക്കടയിൽ ബൈൻഡ് ചെയ്തുകൊണ്ടിരിക്കുന്ന, ആരോരുമില്ലാത്ത ആ കുട്ടി എങ്ങനെ രക്ഷപ്പെടുവാനാണ്? ശാസ്ത്രപ രനത്തിന്റേതായ ലോകത്തിലേക്ക് രക്ഷപ്പെടണം എന്ന ചിന്തയുമായി മൈക്കൽ ഫാരഡെ ദിനങ്ങൾ കഴിച്ചുകൂട്ടി. രണ്ടും കരുതി അദ്ദേഹം ഡാവിക്കെഴുതി:

"എനിക്കൊരു ജോലി ശരിയാക്കിത്തരണം. രസതന്ത്രം പഠിക്കണ മെന്നാണ് എന്റെ മോഹം." കത്തിന്റെ കൂടെ ഫാരഡെ തയ്യാറാക്കിയ ഡാവിയുടെ പ്രസംഗത്തിന്റെ കുറിപ്പുകളും അയച്ചുകൊടുത്തു. ഇങ്ങനെ ഒരു കാര്യം ചെയ്യുവാനുള്ള ധൈര്യം എവിടെനിന്ന് ലഭിച്ചുവെന്ന് അദ്ദേ ഹത്തിനുതന്നെ അറിയുകയില്ലായിരുന്നു.

1812 ക്രിസ്തുമസിന് തൊട്ടുമുൻപ് മൈക്കൽഫാരഡെയുടെ കത്തും പ്രസംഗത്തിന്റെ കുറിപ്പുകളും ഡാവിക്കു കിട്ടി. അത്യധികം പ്രത്യേക തയുള്ള ഈ സംഭവത്തിൽ എന്തുചെയ്യണം എന്നറിയാതെ ഡാവി കുഴങ്ങി. ഇക്കാര്യം തന്റെ കൂട്ടുകാരനോട് ഡാവി പറഞ്ഞു:

"ഫാരഡെ എന്നുപേരായ ഒരു ചെറുപ്പക്കാരന്റെ കത്തിതാ, ഞാൻ എന്തുചെയ്യും? എന്റെ പ്രസംഗങ്ങൾ കേട്ട അയാൾക്ക് ഒരു ജോലി വേണ മത്രേ. അതും ഇവിടെ ഈ റോയൽ ഇൻസ്റ്റിറ്റ്യൂഷനിൽ. എനിക്കെന്തു ചെയ്യുവാൻ സാധിക്കും?"

"ഒരു കാര്യം ചെയ്യൂ" കൂട്ടുകേരൻ പറഞ്ഞു. "അയാളോടുവന്ന് കുപ്പികൾ കഴുകുവാൻ പറയൂ. എന്തിനെങ്കിലും കൊള്ളാവുന്നവനാണെ ങ്കിൽ അയാൾ ഈ ജോലിക്ക് സമ്മതിച്ചുവരും. പറ്റില്ല എന്നാണ് പറയു ന്നതെങ്കിൽ അയാളെ ഒന്നിനും കൊള്ളുകയില്ല എന്നാണ് അർഥം."

"ഛെ! ഛെ! അതുമോശം, കുറെക്കൂടി നല്ല ഒരു ജോലി അയാൾക്ക് ശരിയാക്കിക്കൊടുക്കണ്ടേ?"—ഡാവിയുടെ മറുപടി.

അന്ന് ഫാരഡെയ്ക്ക് ഇരുപത്തൊന്നു വയസ്സ് പ്രായമായിരുന്നു. ജനുവരി അവസാനത്തിൽ ഒരു ഇന്റർവ്യൂ നിശ്ചയിച്ച് വരുവാൻ പറഞ്ഞ് ഫാരഡെയ്ക്ക് ഡാവി മറുപടി അയച്ചു. പക്ഷേ, ഒരു ജോലി ശരിയാക്കി കൊടുക്കുവാൻ ഡാവിക്ക് കഴിഞ്ഞില്ല. തന്റെ പുസ്തകങ്ങൾ ബൈൻഡ് ചെയ്യുന്ന ജോലി ഫാരഡെക്കുതന്നെ കൊടുക്കാം എന്നുപറഞ്ഞ് സമാ ധാനിപ്പിക്കുവാനേ അദ്ദേഹത്തിന് സാധിച്ചുള്ളൂ. പൂർണസമയശാസ്ത്ര ജ്ഞനാകുവാൻ ആഗ്രഹിച്ച ഫാരഡെയ്ക്ക് നിരാശപ്പെടേണ്ടിവന്നു.

ഭാഗ്യം വരുന്നു

അധികം താമസിച്ചില്ല. റോയൽ ഇൻസ്റ്റിറ്റ്യൂഷനിലെ രണ്ട് ജോലി ക്കാർ തമ്മിലുണ്ടായ കലഹത്തിൽ ഒരാൾ പുറത്താക്കപ്പെട്ടു. സർ ഹംഫ്രി ഡേവി, പുതിയതായുണ്ടായ ഒഴിവിൽ ഫാരഡെയെ നിയമിക്കുവാനായി ഏർപ്പാടുകൾ ഉണ്ടാക്കി.

ബ്രിട്ടീഷ് രസതന്ത്രജ്ഞനായ ഹംഫ്രി ഡാവിയാണ് ഖനികളിലെ ഉപയോഗത്തിനായുള്ള വിളക്ക് കണ്ടുപിടിച്ചത്. ക്ലോറിൻ ഒരു മൂലകം എന്നു പറഞ്ഞ് അതിന് ഈ പേർ നൽകിയതും ഡാവി തന്നെ (1810 -ൽ). ഇദ്ദേഹത്തിന്റെ ഏറ്റവും ഫലപ്രദമായ കണ്ടുപിടിത്തം മൈക്കൽ ഫാരഡെ എന്ന ശാസ്ത്രജ്ഞനാണെന്ന് തമാശരൂപേണയായ നിരീക്ഷ ണവും ഉണ്ട്. ഇംഗ്ലീഷ് രസതന്ത്രജ്ഞനും ഭൗതിക ശാസ്ത്രജ്ഞനുമായ ഫാരഡെ വിദ്യാഭ്യാസ വിചക്ഷണനും പരിസ്ഥിതി വിഷയങ്ങളിൽ തൽപ്പ രനും ആയിരുന്നു. തെയിംസ് നദിയുടെ മലിനീകരണ പ്രശ്നങ്ങളെക്കു റിച്ച് അദ്ദേഹം ധാരാളം എഴുതി. വെസ്റ്റ് മിനിസ്റ്റർ ആബിയിൽ ഐസക് ന്യൂട്ടന്റെ ശവക്കല്ലറയ്ക്കു സമീപമാണ് ഫാരഡെയെ അടക്കം ചെയ്തി രിക്കുന്നത്.

ഒരു ദിവസം രാത്രിയിൽ തന്റെ വാതിലിൽ ആരോ മുട്ടുന്ന ശബ്ദം കേട്ട് ഫാരഡെ വാതിൽതുറന്നുനോക്കി. ഒരാൾ വാഹനത്തിൽ വന്നി റങ്ങി; കൈയിൽ ഒരു കത്തുമുണ്ട്. ഡാവിയുടെ കത്തായിരുന്നു അത്. ഫാരഡെയോട് പിറ്റേന്നു രാവിലെതന്നെവന്ന് ജോലിയിൽ പ്രവേശിക്കു വാനുള്ള വിവരമായിരുന്നു കത്തിൽ. അങ്ങനെ റോയൽഇൻസ്റ്റിറ്റ്യൂഷ നിലെ ലബോറട്ടറിയിൽ അസിസ്റ്റന്റായി നിയമിക്കപ്പെട്ടു. നൂറുരൂപ ശമ്പ ളവും താമസിക്കുവാൻ രണ്ടുമുറികളും. സന്തോഷംകൊണ്ട് മൈക്കൽ ഫാരഡെ തുള്ളിച്ചാടിയില്ല എങ്കിലല്ലേ അത്ഭുതപ്പെടേണ്ടതുള്ളൂ.

പ്രൊഫസർമാരെയും ലക്ചറർമാരെയും ക്ലാസ്സെടുക്കുന്നതിന് സഹായിക്കുക, പരീക്ഷണ ഉപകരണങ്ങൾ ക്ലാസ്സുമുറിയിൽ എത്തി ക്കുക, തിരിച്ച് ലബോറട്ടറിയിൽ എത്തിക്കുക, അവ തുടച്ചുവൃത്തിയാ ക്കുക, പരീക്ഷണശാലയിലെ ഉപകരണങ്ങൾ കേടുവരികയാണെങ്കിൽ മാനേജരെ അറിയിച്ച് അവ ശരിയാക്കിപ്പിക്കുകയയോ പുതിയവ വാങ്ങി

പ്പിക്കുകയോ ചെയ്യുക. ചുരുക്കത്തിൽ ലബോറട്ടറിയുടെ ഒരു 'ആൾ' എന്ന നിലയിൽ പ്രവർത്തിക്കുക എന്നതായിരുന്നു അദ്ദേഹത്തിന്റെ ജോലി.

ഫാരഡെയെ എല്ലാവർക്കും ഇഷ്ടമായി. ഒരു അസിസ്റ്റന്റ് എന്ന നിലയിൽ പ്രവർത്തിക്കുന്നതിനേക്കാൾ ഉയർന്നതായിരുന്നു അദ്ദേഹ ത്തിന്റെ കഴിവുകൾ. അവിടെത്തന്നെ അദ്ദേഹം പടിപടിയായി ഉയർന്നു. പന്ത്രണ്ടുവർഷം കഴിഞ്ഞ് സർ ഹംഫ്രി പോയപ്പോൾ മൈക്കൽ ഫാരഡെ റോയൽ ഇൻസ്റ്റിറ്റ്യൂഷനിലെ ലബോറട്ടറിയുടെ ഡയറക്ടർ ആയി നിയ മിതനായി. അതിനുശേഷം നാല്പതുവർഷം അദ്ദേഹം അവിടെത്തന്നെ ഡയറക്ടർ ആയി സേവനമനുഷ്ഠിച്ച് ശാസ്ത്രത്തിന് ഒട്ടേറെ സംഭാവ നകൾ നൽകി.

6

പുകയിലപ്പുരാണം

കൊളംബസ്സും സഹയാത്രികരും ഇന്ത്യൻ ഉപഭൂഖണ്ഡത്തിലും പരിസരപ്രദേശങ്ങളിലും യാത്രചെയ്ത് യൂറോപ്പിലേക്ക് തിരിച്ചുപോകു മ്പോൾ അവരെ അതിശയിപ്പിക്കുകയും രസിപ്പിക്കുകയും ചെയ്ത ഏതാനും ചെടികൾകൂടി കൂടെ കൊണ്ടുപോയി. പോർച്ചുഗലിന്റെ തല സ്ഥാനമായിരുന്നു ലിസ്ബൻ. ഒട്ടേറെ സമുദ്രയാത്രികർ അവിടെ താമ സിച്ചിരുന്നു. പല പ്രദേശങ്ങളും ചുറ്റി സഞ്ചരിച്ചുവന്നവരായതിനാൽ ഒട്ടേറെ കഥകൾ പറഞ്ഞ് അവർ അനുഭവങ്ങൾ പങ്കിട്ടിരുന്നു. അക്കൂട്ട ത്തിൽ പുതിയതായി ലിസ്ബനിൽ എത്തിയ ചെടികളും ചർച്ചാവിഷയ മായി. അക്കൂട്ടത്തിലെ ഒരു കഥ കേട്ടോളൂ.

'കെട്ട്' വിട്ടപ്പോൾ

ഇന്ത്യയിൽചെന്ന് വ്യാപാര സംബന്ധമായ ഒരു ചർച്ചയിൽ അവർ ഇടപെട്ടിരുന്ന സമയമാണ്. ഇന്ത്യക്കാരുടെ ഒരു പ്രധാന പുരോഹിതനു മായി സംസാരിക്കുകയായിരുന്നു. വളരെ പ്രാധാന്യമുള്ള ചർച്ച തുട ങ്ങുന്നതേയുള്ളൂ. പ്രധാന പുരോഹിതൻ പുകയിലയുടെ ഇലകൾ എടുത്ത് തീയിൽ കാട്ടി അതിന്റെ പുക അകത്തേക്കെടുത്തു. അദ്ദേഹം അത് നല്ലപോലെ മണപ്പിച്ചു. പെട്ടെന്ന് ചത്ത മനുഷ്യനെപ്പോലെ നില ത്തുവീണു. മരത്തടി വെട്ടി ഇട്ടപോലെ. അനക്കം കൂടിയില്ല. പുകയില യുടെ 'കെട്ട് വിട്ടപ്പോൾ' അദ്ദേഹം ഉണർന്നു. വ്യാപാര സംബന്ധമായ എല്ലാ ചോദ്യങ്ങൾക്കും ഒരു ഉള്ളുണർവ് കിട്ടിയപോലെ ഉത്തരങ്ങൾ പറഞ്ഞു. അത്യധികം ഗൗരവതരമായിരുന്നു മിക്കചോദ്യങ്ങളും. ഇക്കഥ ലിസ്ബനിലെ പലരെയും വല്ലാതെ ആകർഷിച്ചു.

ജീൻ നിക്കോട്ട് 1559-ൽ പോർച്ചുഗലിലെ അംബാസഡർ ആയി. അന്ന് അവിടുത്തെ ഏതാനും തോട്ടങ്ങളിൽ ഈ പുകയിലെ ചെടികൾ വളരുന്നുണ്ടായിരുന്നു. കാഴ്ചയിലുള്ള ഭംഗിയാണ് അതു നട്ടുവളർത്തു ന്നതിന് അവരെ പ്രോത്സാഹിപ്പിച്ചത്. ഒരു ദിവസം അദ്ദേഹം അവിടുത്തെ ജയിൽ സന്ദർശിക്കുവാനായി ചെന്നു. ജയിൽവാർഡൻ ഫ്ളോറിഡ യിൽനിന്നു കിട്ടിയതാണ് എന്നുപറഞ്ഞ് ഒരു വിചിത്ര ഓഷധി നിക്കോ ട്ടിനു നൽകി. തന്റെ സ്വന്തം പൂന്തോട്ടത്തിൽ അദ്ദേഹം അതു നട്ടുവ ളർത്തി. അവിടെ അത് സമൃദ്ധിയായി വളരുകയും ചെയ്തു.

സംഭവകഥ

ഇതാ മറ്റൊരു സംഭവം. പുകയിലയുടെ അത്ഭുതസിദ്ധിയെന്നോ മറ്റോ വിളിച്ചോളൂ. അത് സംഭവിച്ചു എന്നു മാത്രം. എന്തായിരുന്നു അതെന്നോ? നിക്കോട്ട് തന്നെ എഴുതിയതാണീ സംഭവകഥ. ഒരു ചെറു പ്പക്കാരന്റെ കവിളിൽ ഒരു വ്രണം ഉണ്ടായി. ദിവസങ്ങൾ കഴിയുംതോറും വ്രണം കൂടുതൽ കൂടുതൽ ഗൗരവമുള്ളതായി തീർന്നു. അത് ക്യാൻസ റായി മാറിയ അവസ്ഥതന്നെയായി. പുകയിലയുടെ ഇല ചതച്ച് അയാൾ മുറിവിൽ പുരട്ടി, കൂടെ അതിന്റെ തന്നെ തണ്ട് കുത്തിച്ചതച്ചു കിട്ടിയ നീരും. അത്ഭുതമെന്നു പറയട്ടെ ചെറുപ്പക്കാരന്റെ വ്രണം പെട്ടെന്ന് ഉണങ്ങി. നിക്കോട്ട് അയാളെ വിളിപ്പിച്ചു. മുറിവിൽ പുകയില ചതച്ചിട്ട് ദിവസവും കെട്ടിവയ്ക്കുവാൻ ഉപദേശിച്ചു. എട്ടുപത്തു ദിവസം കഴിഞ്ഞു. ചെറുപ്പക്കാരന്റെ മുറിവ് ഉണങ്ങിയതായി നിക്കോട്ടിന് തന്നെ ബോധ്യ മായി. എന്നിട്ടും സംശയം ബാക്കി. അതിനാൽ രാജാവിന്റെ ഭിഷഗ്വരന്റെ അടുത്ത് ചെറുപ്പക്കാരനെ കൊണ്ടുപോയി വസ്തുത സ്വയം ബോധ്യ പ്പെടുത്തുകയാണുണ്ടായത്. വ്രണം പൂർണമായും ഉണങ്ങി എന്നായി രുന്നു ഭിഷഗ്വരനും അഭിപ്രായപ്പെട്ടത്.

മുറിവുകൾ ഉണങ്ങുന്നു

അവിടം കൊണ്ടും അവസാനിച്ചില്ല. അടുക്കളജോലിക്കാരന്റെ വിരൽ കത്തികൊണ്ടു മുറിഞ്ഞു. ഒരു സ്ത്രീക്ക് കാലിൽ രണ്ടുവർഷം പഴക്കം ചെന്ന വ്രണം ഉണ്ടായിരുന്നു. ഇതു രണ്ടും പുകയില വൈദ്യം കൊണ്ട് ഭേദമായതും നിക്കോട്ട് ശ്രദ്ധിച്ചു. പുകയില വലിക്കാൻ അദ്ദേഹം ഒരിക്കലും അഭിപ്രായപ്പെട്ടിരുന്നില്ല. അതിനു പകരം അത് അരച്ചുകല ക്കിയ ചാറ് പുറമെ തൊലിയിൽ പുരട്ടിയാണ് രോഗശാന്തി ഉണ്ടായത്. അങ്ങനെ മുറിവുണക്കുവാനുള്ള ഒരു പുകയിലലേപനം അദ്ദേഹം ഉണ്ടാക്കി.

അങ്ങനെ പുകയിലയുടെ ഔഷധഗുണം നിക്കോട്ടിന് സംശയലേ ശമെന്യേ ബോധ്യമായി. അതോടെ ആ ചെടിയുടെ വിത്തുകൾ അദ്ദേഹം

ഫ്രാൻസിലേക്ക് അയച്ചു. അവിടെ ആ ചെടി നട്ടുവളർത്തുവാനും അതു വഴി ഇത് മുറിവ്, ചതവ്, വ്രണം എന്നിവയ്ക്കുള്ള മരുന്നായി ഉപയോഗിക്കുവാനും നിർദ്ദേശങ്ങൾ കൊടുത്തു. ഈ ചെടിയിൽ അദ്ദേഹത്തിനുണ്ടായ താൽപ്പര്യമാണ്, നിക്കോട്ടിൻ എന്ന വാക്കിന് ജന്മം നൽകിയത്.

സർവരോഗ സംഹാരി

പുകയിലച്ചെടിയുടെ ഇല ഉണക്കി പൊടിയായി മൂക്കിൽ വലിക്കുന്ന സമ്പ്രദായം മറ്റൊരു ഫ്രഞ്ചുകാരൻ കണ്ടുപിടിച്ചിരുന്നു. വേറെ ചിലരാകട്ടെ ഇന്ത്യാക്കാരെ അനുകരിച്ച് പുകവലിയും തുടങ്ങി. സിഗററ്റായും പൈപ്പായും പുക അകത്തേക്കു വലിച്ചു. കുറെപ്പേർ വെറും തമാശയ്ക്കാണ് പുക വലിച്ചതെങ്കിൽ മറ്റു ചിലർ ആരോഗ്യ കാരണങ്ങളാൽ ഈ ശീലം തുടർന്നു. പതിനാറാം നൂറ്റാണ്ടിന്റെ അന്ത്യത്തോടെ, മിക്കവാറും എല്ലാ രോഗങ്ങൾക്കും ഉള്ള കൈക്കണ്ട ഔഷധമായി പുകയില ഉപയോഗത്തിൽ വന്നു. ഞെട്ടും ഇലയും ഇടിച്ച് ചാറുണ്ടാക്കിയും മറ്റു ചേരുവകളുമായി ചേർത്ത് ലേപന ദ്രവ്യമായും പുകയില മരുന്നായി പ്രത്യക്ഷപ്പെട്ടു. തുല്യപ്രാധാന്യത്തോടെ, ആരോഗ്യ സംരക്ഷണത്തിന്, പുകവലിയും അന്നു സ്ഥാനംപിടിച്ചു. സർവരോഗങ്ങൾക്കും ഉള്ള പരിഹാരമായി പുകയില വിശേഷിപ്പിക്കപ്പെട്ടുകൊണ്ട് 1587-ൽ ഗിൽസ് എവറാൻഡ് (Giles Evarand) ലാറ്റിൻ ഭാഷയിൽ ഒരു ഗ്രന്ഥം പുറത്തുകൊണ്ടുവന്നു. പ്ലേഗ്, മസൂരി തുടങ്ങിയ മഹാമാരികൾക്കുള്ള ഫലപ്രദമായ ഔഷധമാണ് 'പുകയില വൈദ്യം' എന്നായിരുന്നു അദ്ദേഹത്തിന്റെ നിഗമനം. ബുദ്ധി ശുദ്ധമാക്കി, നല്ല ഓർമ്മ ലഭിക്കുവാൻ പുകവലി സഹായകമെന്ന് ഐർലണ്ടുകാർ വിശ്വസിച്ചു. തളർച്ച മാറ്റുവാനായി ഇന്ത്യാക്കാർ പുകയില വിഴുങ്ങുകയോ പുകയായി അകത്താക്കുകയോ ചെയ്തിരുന്നു എന്നതിനും ഒട്ടെറെ ഉദാഹരണങ്ങൾ ഉണ്ട്.

ശവസംസ്കാരം

പ്ലേഗ് രോഗം പിടിപെട്ട് ജനം കൂട്ടംകൂട്ടമായി മരിച്ചുവീണു. ഈയാംപാറ്റകൾ തീക്ക് ഇരയായി വീഴുന്നതുപോലെ. ശവശരീരങ്ങൾ വണ്ടികളിൽ എടുത്തിട്ട് കൊണ്ടുപോയി മറവു ചെയ്യേണ്ട സ്ഥിതിവിശേഷമുണ്ടായി. എങ്ങനെയാണ് ഈ ശവശരീരങ്ങൾ നീക്കം ചെയ്യുക എന്നത് വലിയൊരു പ്രശ്നമായി തീർന്നു. രോഗം തങ്ങൾക്കും പകർന്ന് മരണം സംഭവിക്കുമെന്ന് അവർ കരുതി. പ്രേതങ്ങൾ അടക്കം ചെയ്യേണ്ടത് ഒരു സാമൂഹിക പ്രശ്നമായിത്തീർന്നു. ഈ ജോലിയിൽ ഏർപ്പെട്ടവർ, പുകയില വലിച്ചു. അതോടെ തങ്ങൾക്ക് പ്ലേഗ് ഭീഷണി ഉണ്ടാകുകയില്ല എന്നും വിശ്വസിച്ചു. അത്ര വരെ ചെന്നെത്തി പുകയിലയുടെ പ്രാധാന്യം. എന്തിനേറെ, ശവവണ്ടി വലിച്ചിരുന്ന കുതിരകളിൽ ഒരെണ്ണം തല

കറങ്ങി നിലത്തുവീണു. എന്തുചെയ്യണം എന്നറിയാതെ അവർ അൽപ്പ നേരം വിഷമിച്ചുവത്രെ. ഉടൻ തന്നെ പുകയില കുതിരയുടെ മൂക്കിൽ കാട്ടി അതിനെക്കൊണ്ട് മണപ്പിച്ചുവത്രെ. തുമ്മലും ചീറ്റലും ആയി കുതിര ചാടി എഴുന്നേറ്റ് പഴയതുപോലെ ഉഷാറാകുകയും ചെയ്തു. ഇത് വെറുതെ പറയുന്ന കഥയുമല്ല. 1667 ആഗസ്റ്റ് 19-ന് സംഭവിച്ചതാണ്.

മരണശിക്ഷ

ഇതാ സംഭവത്തിനൊരു മറുവശം. പുകയിലയുടെ അപാരമായ സാധ്യതകൾ ജനത്തെ വല്ലാതെ സ്വാധീനിച്ചു. സാധാരണക്കാരന്റെ രക്ഷ കനായി ഇതിന് അംഗീകാരം കിട്ടി. എന്നാൽ ആരംഭംമുതൽക്കുതന്നെ പുകയില ഉപയോഗിക്കുന്നതിന് ശക്തമായ എതിർപ്പുകളും ഉണ്ടായി രുന്നു. മതാധിപന്മാരും ഭരണാധികാരികളും ഈ ശീലത്തെ മുളയിലെ നുള്ളിക്കളയുവാൻ കച്ചകെട്ടിയിറങ്ങി. പുകയില ഉപയോഗിക്കുന്നതിനെ തിരെ കർശനമായ ശിക്ഷ ഏർപ്പെടുത്തിയിരുന്നതായും കാണാം- മര ണശിക്ഷ വരെ. ശക്തമായ എതിർപ്പുകൾ ഉണ്ടായിരുന്നിട്ടുകൂടി പുക യില ഉപയോഗിക്കുന്ന ശീലത്തിന് അറുതി ഉണ്ടായില്ല. പരിഷ്കൃത രാജ്യ ങ്ങളിലെല്ലാം വളരെവേഗം ഇതൊരു ശീലമായി വ്യാപിക്കുകയാണ് ഉണ്ടാ യത്.

ഇരുപതാം നൂറ്റാണ്ടായിട്ടുകൂടി ഈ വിവാദം തുടർന്നുകൊണ്ടേയി രുന്നു. പുകവലിയുടെ ദൂഷ്യവശങ്ങൾ, അതിന്റെ ഭീകരത ചൂണ്ടിക്കാ ണിച്ചുകൊണ്ട് ഒട്ടേറെ റിപ്പോർട്ടുകൾ പ്രസിദ്ധീകരിക്കപ്പെട്ടു. ശ്വാസകോ ശത്തെ ബാധിക്കുന്ന ക്യാൻസറിന് പ്രധാന കാരണം പുകയില ഉപ യോഗമാണെന്ന് ശാസ്ത്രലോകം തീർത്തും വിധിയെഴുതി.

പതിനാറാം നൂറ്റാണ്ടിലെ ഭിഷഗ്വരന്മാർ പറഞ്ഞതുപോലെയായി രുന്നില്ല വസ്തുതകൾ എന്ന് ആധികാരികമായി റിപ്പോർട്ടുകൾ വന്നു. വൈദ്യശാസ്ത്രരംഗത്തെ അഭിപ്രായങ്ങൾ കടകവിരുദ്ധമാകുന്നത് എങ്ങനെ എന്നതിനുള്ള ഏറ്റവും വലിയ ഉദാഹരണമാണ് പുകയില ഉപയോഗത്തിന്റെ ഗുണ-ദോഷങ്ങളെക്കുറിച്ചുള്ള അഭിപ്രായഗതികൾ എന്ന് ഇതിൽനിന്ന് മനസ്സിലാക്കാമല്ലോ.

ഫാഷൻ

പല ചീത്ത സ്വഭാവങ്ങളും പരിഷ്കാരത്തിനുവേണ്ടി 'വെറുതെ' ആരംഭിച്ചതായി നമുക്ക് അറിയാം. പുകയില ഉപയോഗത്തിന്റെ കഥയും ഇതിൽനിന്ന് വിഭിന്നമല്ല. ഒരു ഫാഷൻ ആയി ഈ ശീലം വളരെവേഗം വ്യാപിച്ചു. ഇതാ ഒരു കഥ. മദ്യശാലയാണ് രംഗം. കഥാനായകൻ ഒരു നാലെണ്ണം അകത്താക്കിയിരിക്കുന്നു. ഒറ്റയ്ക്കാണ്. ഏതാണ്ടൊരു 'ഫോമിൽ' ആയിവന്നു. ചില്ലറ ചില പാട്ടും മറ്റും തുടങ്ങി എന്നും കരു

തിക്കോളൂ. തൊട്ടടുത്ത് മറ്റു രണ്ടുപേരും ഉണ്ട്. അപരിചിതർ. കഥാനാ
യകൻ പൈപ്പിന്റെ ഒറ്റം വായിൽ വെച്ച് മറ്റേ അറ്റത്ത് തീകൊളുത്തി.
അതാ മൂക്കിൽകൂടെ പുക പുറത്തേക്കു പോകുന്നു. മദ്യം അകത്താക്കു
കയും, കഥാനായകന്റെ ശരീരത്തിന്റെ ഉള്ളിൽ അത് കത്തിപ്പിടിക്കുകയും
ചെയ്തു എന്ന് അപരിചിതർക്കുതോന്നി-കാരണമുണ്ട്. അവർ ആദ്യമാ
യാണ് പുകവലി കാണുന്നതു തന്നെ. 'തീ, തീ' എന്നു പറഞ്ഞ് അവർ
ബഹളം കൂട്ടിയത്രേ. കേൾക്കുമ്പോൾ ഇതൊരു തമാശയായി തോന്നു
മായിരിക്കാം. ഇത് വെറുമൊരു തമാശക്കഥ തന്നെയാകാം. എന്നാലും
കാര്യങ്ങൾ ഏതാണ്ട് ഇത്തരത്തിൽ അത്ഭുതം ജനിപ്പിക്കുന്ന മട്ടിൽ ഒക്കെ
യായിരുന്നു ആദ്യകാലങ്ങളിൽ എന്നു തോന്നും.

ലോകപര്യടനം കഴിഞ്ഞ്

മറ്റൊരു സന്ദർഭം. ഇതും കഥയെന്നു വേണമെങ്കിൽ കരുതിക്കോളൂ.
അഥവാ സംഭവകഥയെന്നും കരുതിയാലും അത്ര തെറ്റൊന്നുമില്ല. രാജ്യം
ഇംഗ്ലണ്ട്. റാലിയ ലോകപര്യടനം ഒക്കെക്കഴിഞ്ഞ് നാട്ടിൽ എത്തി. പുക
വലി എന്ന ശീലവും തുടങ്ങി. കാണുന്നവർക്കൊക്കെ തമാശയും അത്ഭു
തവും. വളരെ ഗൗരവത്തോടെ മഹത്തായ ഒരു കാര്യം ചെയ്യുന്ന ഗമ
യിൽ നമ്മുടെ റാലിയ പഠനമുറിയിൽ ഇരുന്ന് പുകവലിച്ചുവിടും.
രാജ്ഞിക്കും ഈ സംഭവം അറിയാമായിരുന്നു. ഇവർ, സംസാരമധ്യേ
പുകവലിയും വിഷയമാക്കാറുണ്ടായിരുന്നു എന്നൊക്കെയാണ് കഥ.
അതിന്റെ സത്യാവസ്ഥ എന്തെങ്കിലും ആകട്ടെ. പുക വലിക്കുവാനുള്ള
തന്റെ കഴിവിനെക്കുറിച്ച് റാലിക്ക് വലിയ മതിപ്പുണ്ടായിരുന്നുവത്രേ. ഒരു
ചുരുട്ട് വലിക്കുമ്പോൾ താൻ പുറത്തേക്ക് വിടുന്ന പുകയുടെ അളവു
കൂടി അയാൾക്കു കണക്കാക്കുവാൻ പറ്റും എന്നും അദ്ദേഹം വീമ്പടിച്ചി
രുന്നുവത്രേ. പുറത്തേക്ക് ഊതിവിടുന്ന പുക പിടിച്ചുവച്ച് എങ്ങനെ
തൂക്കി കണക്കാക്കുവാൻ പറ്റും എന്നാണ് രാജ്ഞിക്ക് സംശയം. റാലി
യായുടെ മറുപടി കേട്ടോളൂ.

കത്തിക്കുന്നതിന് മുമ്പ് ചുരുട്ട് തൂക്കിനോക്കുക. വലിക്കു ശേഷം
അവശേഷിക്കുന്ന ചാരവും തൂക്കുക. ഇവയുടെ വ്യത്യാസമാണ് പുക
യുടെ തൂക്കം. എത്ര സരളമായ കണക്കുക്കൂട്ടൽ അല്ലേ!

ജയിംസ് ഒന്നാമന് പുകവലിയോട് അതിയായ ദേഷ്യമുണ്ടായി
രുന്നു. ഏതെങ്കിലും ഒരു രാജാവോ ഭരണാധികാരിയോ വിവരമുള്ള ഭിഷ
ഗ്വരനോ അല്ല പുകയില ഇംഗ്ലണ്ടിലേക്കു കൊണ്ടുവന്നത്, പിന്നെയോ?
ഏറ്റവും വെറുക്കപ്പെടുന്ന ഒരാളാവാനെ ഇതു ചെയ്തിരിക്കുവാൻ ഇട
യുള്ളൂ എന്നദ്ദേഹം പ്രസ്താവിച്ചിരുന്നു. കണ്ണിനും മൂക്കിനും ശ്വാസകോ
ശത്തിനും തലച്ചോറിനും എന്നുവേണ്ട സകലതിനും ദോഷകരമാണ്
ഈ 'ഫാഷൻ' എന്നദ്ദേഹം പ്രഖ്യാപിക്കുക കൂടി ചെയ്തു. റാലിയാ

യാണീ മാരണങ്ങൾക്കെല്ലാം കാരണക്കാരൻ എന്നുകൂടി ജയിംസ് ഒന്നാ മൻ ധരിച്ചു വശായി. രാജ്യദ്രോഹകുറ്റം ചുമത്തി, പിന്നീട് വധശി ക്ഷയ്ക്കും അയാൾ വിധേയനായി. പുകവലിയുടെ ആദ്യത്തെ രക്തസാ ക്ഷിയായിരുന്നു റാലിയയെന്നു നമുക്ക് പറയാം. അവിടം കൊണ്ടും അവ സാനിക്കുന്നില്ല ഇക്കഥ. തൂക്കുമരത്തിൽ മരണത്തിനു തൊട്ടുമുമ്പ്, തനി ക്കേറ്റവും പ്രിയപ്പെട്ട പൈപ്പ് അവസാനമായി റാലിയ ഒരിക്കൽക്കൂടി വലിച്ച്, പുകവലിയോടുള്ള തന്റെ സ്നേഹം പ്രകടിപ്പിക്കുകകൂടി ചെയ്തു വത്രേ.

7

ഞങ്ങളുടെ പതിനൊന്നുദിനങ്ങളെവിടെ?

പഴയ റോമിലെ ആജീവന ചക്രവർത്തിയായിരുന്ന ജൂലിയസ് സീസറെക്കുറിച്ച് കേൾക്കാത്തവരുണ്ടോ! ഷേക്സ്പിയറുടെ 'ജൂലിയസ് സീസർ' എന്ന നാടകത്തിന്റെ കഥ ഈ ചക്രവർത്തിയുടെ കഥയുമായി വളരെ ബന്ധപ്പെട്ട ഒന്നാണ്. ക്രിസ്തുവിനു മുമ്പുള്ള അവസാന കാല ഘട്ടത്തിൽ റോം ഭരിച്ച സീസർ സാമ്രാജ്യത്തിന്റെ വലുപ്പം ഇരട്ടിയാ ക്കിയ ചക്രവർത്തിയാണ്. പല പരിഷ്കാരങ്ങളുടെയും കൂടെ അവിടത്തെ പഴയ പഞ്ചാംഗവും അദ്ദേഹം ശാസ്ത്രീയമായി പരിഷ്കരിച്ചു. ഇതാണ് 'ജൂലിയൻ കലണ്ടർ.' 'ജൂലായ്' മാസം ഓർമവരുന്നുണ്ടോ? ജൂലിയസ് സീസറിന്റെ ഓർമ്മയ്ക്കായാണ് ഒരു മാസത്തിന് ഈ പേർ ഇട്ടതും. നേരിട്ട് 'ജൂലായ്' ആയതല്ല. റോമിലെ അന്നത്തെ സെനറ്റ്, ക്വിൻറ്റിലസ് എന്ന മാസത്തിന്റെ പേർ അദ്ദേഹത്തോടുള്ള ബഹുമാനസൂചകമായി 'ജൂലിയസ്' എന്നുമാറ്റി. അതാണ് പിന്നീട് ജൂലായ് ആയി മാറിയത്.

നക്ഷത്രങ്ങളെയും ഭരിക്കണമോ?

ഇന്നു ലോകത്താകെ പ്രചാരത്തിലിരിക്കുന്ന കലണ്ടറിന് അടി സ്ഥാനം ജൂലിയൻ കലണ്ടറാണ്. കലണ്ടർ ഉപയോഗിച്ചുള്ള കാലഗണ നയിലെ പൊരുത്തക്കേടുകൾ കണ്ട് ഒരു കലണ്ടർ പരിഷ്കാരം നടത്തു വാൻ ജ്യോതിശാസ്ത്രജ്ഞനായ സോസിജനീസ് സീസറെ ഉപദേശിച്ചു. അങ്ങനെ പഴയ തെറ്റുകൾ തിരുത്തിക്കൊണ്ടുള്ള ജൂലിയൻ കലണ്ടർ നിലവിൽ വന്നു. തന്റെ അധികാരമുപയോഗിച്ച് സീസർ ചാന്ദ്രകലണ്ടർ നിരോധിച്ച്, സൗരകലണ്ടർ മാത്രമേ ഉപയോഗിക്കാവൂ എന്ന് ആജ്ഞാ പിച്ചു. ഒരു വർഷത്തിൽ $365\frac{1}{4}$ ദിവസങ്ങൾ വേണമെന്ന് ജ്യോതിശാസ്ത്ര ജ്ഞനായ സോസിജനീസാണ് നിർദേശിച്ചത്- അതും ഏതാണ്ട് രണ്ടാ

യിരം വർഷം മുമ്പ് എന്നുകൂടി ഓർക്കണം. സീസറിന്റെ ഭരണപരിഷ്
കാരത്തിനും അന്നുതന്നെ എതിർപ്പുണ്ടായിരുന്നു. ഭൂമിയിൽ ഭരണമന
ടത്തി സംതൃപ്തനാകാതെ സീസർ നക്ഷത്രങ്ങളിലും കൈ വയ്ക്കു
കയാണെന്നായിരുന്നു സീസറോയുടെ ആക്ഷേപം. പക്ഷേ, സെനറ്റ്
സീസറോയുടെ മുടന്തൻ ന്യായങ്ങൾ ചെവിക്കൊണ്ടില്ല. പുരാതന
കാലത്ത് പുരോഹിത-ജ്യോതിശാസ്ത്രജ്ഞന്മാർ സമൂഹത്തിൽ കാര്യ
മായ സ്വാധീനം ചെലുത്തിയിരുന്നു. അന്ന് മാസത്തിന്റെ ആദ്യദിവസം
ഒരു പ്രദേശത്തുള്ളവർ എല്ലാവരും ഒത്തുചേരും. ആ മാസത്തിലെ മത
പരമായ വിശേഷദിനങ്ങളും അവധി ദിവസങ്ങളും അവിടെവെച്ച് പ്രഖ്യാ
പിക്കും. അങ്ങനെ ഏതെല്ലാം ദിവസമാണ് 'ഒഴിവ്' എന്നറിയുകയായി
രുന്നു കലണ്ടർ ഉണ്ടാക്കേണ്ടതിന്റെ ഏറ്റവും വലിയ ആവശ്യവും. പുരാ
തന ബാബിലോണിയായിലെ ചാന്ദ്രകലണ്ടറിനെക്കുറിച്ച് കേട്ടിട്ടില്ലേ? നദീ
തടങ്ങളിൽ പാർത്തിരുന്നവർക്കായി അവിടത്തെ പുരോഹിതർ ജ്യോതി
ശാസ്ത്രജ്ഞന്മാരെന്നു പറഞ്ഞ് സമയവും കാലവും കണക്കാക്കിക്കൊ
ടുത്തു. ജ്യോതിശാസ്ത്രവും അന്ധവിശ്വാസവും കൂട്ടിച്ചേർത്ത് നടത്തി
യിരുന്ന ഈ പ്രവചനങ്ങൾ വിദ്യാസമ്പന്നരുടെ പ്രധാന വരുമാനമാർഗ
മായിരുന്നു. സമ്പത്തും രാഷ്ട്രീയാധികാരവും തങ്ങളിൽ കൈവരുന്ന
തലത്തിൽ പുരോഹിതർ തന്ത്രപരമായി കരു നീക്കിയ കഥയാണത്.
അതായത് ദൈവത്തിന്റെ പേരിൽ തുടങ്ങിയ ചൂഷണത്തിന് അത്രയ്ക്ക്
പഴക്കമുണ്ടെന്ന് അർഥം. ദൈവങ്ങൾക്കു സ്തുതി എന്നല്ലാതെ എന്തു
പറയുവാൻ? പക്ഷേ, മറ്റൊരു കാര്യം. അവരുടെ ആകാശ നിരീക്ഷണ
ങ്ങൾ അതിസൂക്ഷ്മങ്ങളായ ഉപകരണങ്ങളുടെ അഭാവത്തിലും വളരെ
യേറെ കൃത്യത പുലർത്തി.

ആകാശം മുറിച്ചു കീറി

ജ്യോതിശാസ്ത്ര പുരോഹിതന്മാർ ആകാശത്തെ പന്ത്രണ്ടു തുല്യ
വൃത്താംശങ്ങളാക്കി വിഭജിച്ചു. ഇതാണ് രാശിചക്രം. ഓരോന്നിനും അധി
പന്മാരായി ഒരു നക്ഷത്രക്കൂട്ടം ഉണ്ടായിരുന്നു. ഇത് സൂര്യന്റെ യാത്ര
യിൽ വഴികാട്ടികൾ ആയിരുന്നു എന്നവർ കരുതി. ഭൂമിയുടെ ചലനം
കാരണമാണ് സൂര്യൻ സഞ്ചരിക്കുന്നതായി തോന്നുന്നത് എന്ന് അവർക്ക്
അറിയില്ലായിരുന്നു. സൂര്യൻ ഒരു വർഷം കൊണ്ട് ഈ പന്ത്രണ്ടു രാശി
ചക്രങ്ങളിലൂടെ സഞ്ചരിക്കുന്നു. അങ്ങനെയാണ് വർഷത്തിന് 12 മാസ
ങ്ങളുണ്ടായത്.

12 മാസത്തിന് 360 ദിവസം എന്ന കണക്കുകൂട്ടലിൽ ഒരുപാട്
ദിവസം കുറഞ്ഞു പോകുന്നു എന്ന കാര്യം പുരോഹിതർക്കു ബോധ്യ
മായി. വർഷത്തിൽ ഉദ്ദേശം 5 ദിവസമായിരുന്നു ഈ കുറവ്. അതായത്
ആറു വർഷം കഴിയുമ്പോൾ ഒരുമാസം കുറയും. അങ്ങനെ ആയാൽ
പറ്റുകയില്ലല്ലോ. അതിനാൽ ഈ തെറ്റ് തിരുത്തിയേ പറ്റൂ എന്നായി
അവർ. അങ്ങനെ 12 മാസങ്ങളുള്ള തുടർച്ചയായ 5 വർഷം കഴിഞ്ഞാൽ

13 മാസമുള്ളതായിരിക്കും   ആറാമത്തെ വർഷം. ലീപ് വർഷം ആദ്യം നിലവിൽ വന്നത് ഈ രീതിയിലായിരുന്നു.

ആദ്യകലണ്ടർ

ഈജിപ്തിലും മതപുരോഹിതന്മാർ ഒന്നാംകിട ജ്യോതിശാസ്ത്ര ജ്ഞന്മാരായിരുന്നു എന്നതിന് ധാരാളം തെളിവുകളുണ്ട്. ഈജിപ്തിലെ ആദ്യത്തെ കലണ്ടർ ഉണ്ടാക്കിയത് ക്രിസ്തുവിന് നാലായിരം വർഷം മുമ്പായിരുന്നു. കൃത്യമായി പറഞ്ഞാൽ ബി സി 4241ൽ. ഇതാണ് ചരി ത്രത്തിലെ ആദ്യത്തെ കലണ്ടർ എന്നും കരുതപ്പെടുന്നു. ഇവരുടെ കല ണ്ടറിലും വർഷത്തിൽ ഏതാനും ദിവസം നഷ്ടപ്പെട്ടിരുന്നു.

ബി സി 238-ൽ ഈജിപ്തിലെ ഭരണാധികാരിയായിരുന്നു ടോളമി മൂന്നാമൻ. അദ്ദേഹം നാലുവർഷം കൂടുമ്പോൾ ഒരു ദിവസം കൂട്ടുന്ന ലീപ് വർഷരീതി നടപ്പിലാക്കി. മതപുരോഹിതർ ഇതിനെ എതിർത്തു. ടോളമിയുടെ ലീപ് വർഷം ആണ് റോമാ ചക്രവർത്തിയായ ജൂ ലിയസ് സീസർ സ്വീ കരിച്ചത്.

ജൂലിയസ് സീ സറും സോസിജി നസും കൂടി രൂപം കൊടുത്ത കലണ്ടർ പാശ്ചാത്യ ലോകം ബി സി 45 മുതൽ എ ഡി 1582 വരെ, അതാ യത് 1600-ൽ അ ധികം വർഷം, ഉപ യോഗിച്ചു. യൂറോ പ്പിലെ ചക്രവർത്തി യായിരുന്നല്ലോ ജൂലി യസ് സീസർ. അദ്ദേ ഹത്തിന്റെ ആജ്ഞാ നുസരണം നടപ്പിലാ

ഒരു കലണ്ടർ

ക്കിയ കലണ്ടർ ആയിരുന്നു ജൂലിയൻ കലണ്ടർ. നൂറ്റാണ്ടുകളോളം യൂറോപ്പിലെ രാഷ്ട്രങ്ങൾ ഈ കലണ്ടർ ആയിരുന്നു ഉപയോഗിച്ചിരുന്ന ത്. ഒരുവർഷത്തിൽ ശരാശരി 365¼ ദിനങ്ങൾ ഉണ്ടായിരിക്കും എന്ന തിന്റെ അടിസ്ഥാനത്തിലായിരുന്നു കലണ്ടർ ചിട്ടപ്പെടുത്തിയിരുന്നത്. കല ണ്ടറിൽ ¼ ദിവസം കുറിക്കുക പ്രായോഗികമല്ലാത്തതിനാൽ തുടർച്ച യായ മൂന്നു വർഷങ്ങളിൽ ഒരു കൊല്ലത്തിന് 365 ദിവസവും നാലാമത്തെ

വർഷത്തിന് 366 ദിവസവും ആകട്ടെ എന്ന് സീസർ കൽപിച്ചു. അത് നടപ്പിലാക്കുകയും ചെയ്തു എന്നു പറയേണ്ടതില്ലല്ലോ.

വർഷത്തിൽ രണ്ടുദിവസം ലോകത്തെല്ലായിടത്തും രാത്രിയും പകലും തുല്യമായിരിക്കും എന്ന് ജ്യോതിശാസ്ത്രജ്ഞന്മാർ മനസ്സിലാക്കി. വിഷുവം (equinox) എന്നാണ് ഇതിനെ കുറിക്കുന്നത്. മാർച്ച്, സെപ്തംബർ എന്നിവയായിരുന്നു ആ രണ്ടു മാസങ്ങൾ. മാർച്ച് 25 ആയിരുന്നു ഒരു തുല്യരാപ്പകൽ ദിനം. അതിനാൽ തന്റെ കലണ്ടറിലും ഈ ദിനം മാർച്ച് 25 തന്നെ ആയിരിക്കണം എന്ന് സീസർ തീരുമാനിച്ചു.

ദൈവത്തിന് സ്തുതി!

ക്രിസ്ത്യൻ മതമേധാവികൾക്ക് സീസറുടെ കലണ്ടർ സ്വീകാര്യമായിരുന്നു. ഈസ്റ്റർ തുടങ്ങിയ വിശേഷദിവസങ്ങൾ കണക്കാക്കുവാൻ ഇതവർക്ക് വളരെ സഹായകരമായിരുന്നു. അങ്ങനെ നാലാം നൂറ്റാണ്ടിന്റെ ആദ്യത്തിൽ ഓരോ വർഷവും എന്നാണ് ഈസ്റ്റർ കൊണ്ടാടേണ്ടത് എന്നതിനെക്കുറിച്ച് ചൂടുപിടിച്ച ചർച്ചകൾ നടക്കുകയുണ്ടായി. എ ഡി 325 -ൽ പള്ളി മേധാവികൾ ഒരുമിച്ച് നടത്തിയ ചർച്ചയുടെ ഫലമായി വസന്തകാല വിഷുവ (Spring equinox)ത്തെ തുടർന്ന് വെളുത്തവാവുകഴിഞ്ഞു വരുന്ന ആദ്യത്തെ ഞായറാഴ്ച ഈസ്റ്റർദിനമായി സ്വീകരിക്കുവാൻ തീരുമാനവും ഉണ്ടായി.

അപ്പോഴാണ് മറ്റൊരു സംഗതി വെളിച്ചത്തുവന്നത്. വർഷത്തിന്റെ ദൈർഘ്യം കണക്കാക്കുന്ന കാര്യത്തിൽ സീസറുടെ ഉപദേശങ്ങൾക്ക് ഒരു തെറ്റുപറ്റി. വർഷത്തിൽ പതിനൊന്നു മിനിട്ട് കൂടുതലായിരുന്നു. ഒരു വർഷവുമായി താരതമ്യം ചെയ്യുമ്പോൾ പതിനൊന്നു മിനിട്ട് അത്ര കാര്യമായി കണക്കാക്കേണ്ടതില്ല എന്നതു ശരിതന്നെ. പക്ഷേ, ഏതാനും നൂറ്റാണ്ടുകളിൽ ഈ വ്യത്യാസം ഏതാനും ദിവസങ്ങൾ ആകും. എഡി 325-ൽ വിഷുവം മാർച്ച് 21-ാം തീയതി ആയി. ജൂലിയൻ കലണ്ടർ പ്രകാരം ഇത് മാർച്ച് 25 ആണുതാനും. അതിനാൽ ഭാവിയിൽ മാർച്ച് 21 എടുത്താൽ മതി എന്ന് തീരുമാനവും ഉണ്ടായി.

പത്തുദിവസം റദ്ദാക്കി

കത്തോലിക്കാ സഭയിലെ ഉന്നതന്മാരെ ജൂലിയൻ കലണ്ടർ വല്ലാതെ വിഷമിപ്പിച്ചു. വസന്തകാലത്തിലെ ഈസ്റ്റർ ഹേമന്തത്തിലേക്കു മാറുന്നു. അതായത് ഒഴിവു ദിനങ്ങൾ അലഞ്ഞുതിരിഞ്ഞു നടക്കും. സാധാരണ ജനങ്ങളോട് മറുപടി പറയുവാൻ സാധിക്കാത്ത പരിതഃസ്ഥിതിയായി മാറി ഇത്. അതിനാൽ കുറ്റമറ്റ ഒരു കലണ്ടർ ഉണ്ടായേ പറ്റൂ എന്നായി ഭരണാധികാർക്ക്. അങ്ങനെ എ ഡി 1582 പോപ്പ് ഗ്രഗറി XIII പുതിയ കലണ്ടറിന് രൂപം നൽകി. ഒഴിവു ദിവസങ്ങൾ ഓടിപ്പോകാത്ത ഒരു കലണ്ടർ. ഇന്നും ഗ്രഗറിയുടെ കലണ്ടർ ആണ് ഉപയോഗത്തിലുള്ളത്. 3323 വർഷത്തിൽ ഒരുദിവസം മാത്രമെ ഈ കലണ്ടർ മൂലം നഷ്ട

പ്പെടുക്കെയുള്ളൂ. അധികം താമസിയാതെ തന്നെ സ്പെയിൻ, പോർച്ചു
ഗൽ, ഫ്രാൻസ്, ഇറ്റലിയുടെ ചില ഭാഗങ്ങൾ, ജർമ്മനി ഇവിടെയെല്ലാം
ഈ പുതിയ കലണ്ടർ നടപ്പിലായി. പ്രൊട്ടസ്റ്റന്റ് രാഷ്ട്രങ്ങൾ 1700-ൽ
ആണ് ഈ പുതിയ ഗ്രിഗറി കലണ്ടർ നടപ്പിലാക്കിയത്. ഗ്രേറ്റ് ബ്രിട്ടൻ,
അമേരിക്ക ഇവിടെ 1752ലും ജപ്പാനിൽ 1873 ലും ചൈനയിൽ 1912 ലും
റഷ്യയിൽ 1918 ലും ഗ്രിഗറി കലണ്ടർ നടപ്പിലാക്കി.

വർഷം കടന്നുപോയി. വിഷുവം യഥാർഥ ദിനത്തേക്കാൾ മുന്നോ
ട്ടുപോയി. പതിനാറാം നൂറ്റാണ്ടിന്റെ മധ്യത്തിൽ നഷ്ടപ്പെട്ടത് 10 ദിവസ
മായി, ഇതിനൊരു പരിഹാരം ഉണ്ടാക്കിയേ തീരൂ എന്നായി. അങ്ങനെ
പോപ്പ് ഗ്രിഗറി എ ഡി 1582 ലെ കലണ്ടറിൽ നിന്ന് 10 ദിവസം എടുത്തുക
ളയാൻ പ്രഖ്യാപിച്ചു. അങ്ങനെ ഒക്ടോബർ 5 ഒക്ടോബർ 15 ആയി
കണക്കാക്കണം എന്നായി. ഭാവിയിൽ ഇങ്ങനെ സംഭവിക്കാതെ ഇരി
ക്കുവാൻ ഓരോ നാലാമത്തെ വർഷവും ഒരു അധിവർഷമായി കണ
ക്കാക്കണം എന്നും പോപ്പ് നിർദേശിച്ചു. ഇതിനും ഉണ്ട് മറ്റു നിബന്ധന
കൾ. ശതാബ്ദ വർഷങ്ങളായ 1700, 1800, 1900, 2100 ഇവയ്ക്ക് വർഷ
ത്തിൽ 365 ദിവസവും 1600, 2000, 2400 ഇവ അധിവർഷങ്ങളും ആയി
കണക്കാക്കണമെന്നും അഭിപ്രായമുണ്ടായി. ഈ കലണ്ടർ പ്രകാരം പതി
നായിരം വർഷത്തിൽ ഉണ്ടാകുന്ന പിശക് വെറും 3 ദിവസം മാത്രവും
ആയി. ഈ പുതിയ കലണ്ടർ ജോർജിയൻ കലണ്ടർ എന്ന പേരിൽ
അറിയുവാൻ തുടങ്ങി.

റഷ്യ, ഗ്രീസ്, സ്വീഡൻ, ഇംഗ്ലണ്ട് എന്നിവയൊഴിച്ചുള്ള യൂറോപ്യൻ
രാഷ്ട്രങ്ങൾ ഈ കലണ്ടർ സ്വീകരിച്ചു. സ്ക്കോട്ട്ലാണ്ട് 1600 ജനുവരി
1-ന് ജോർജിയൻ കലണ്ടർ അംഗീകരിച്ചു.

പോപ്പിന്റെ സ്വന്തം താൽപ്പര്യങ്ങളെ മുൻനിർത്തി രൂപം പൂണ്ട
താണീ പുതിയ കലണ്ടർ എന്ന് പ്രൊട്ടസ്റ്റന്റുകൾ വിമർശിച്ചു. പുതിയ
കലണ്ടർ സ്വീകരിക്കുക എന്നു പറഞ്ഞാൽ നിബന്ധനയില്ലാത്ത ഒരു
തരം കീഴടങ്ങൽ ആയിരിക്കും അത് എന്ന് ഇംഗ്ലണ്ടിൽ ബിഷപ്പുമാരും
ആർച്ച് ബിഷപ്പുമാരും അഭിപ്രായപ്പെട്ടു. രാഷ്ട്രത്തിന്റെയും ജനതയു
ടെയും വിശ്വാസത്തിന്റെ ബദ്ധശത്രുവായി പോപ്പ് ഇതുമൂലം മുദ്രയടി
ക്കപ്പെട്ടു. നിയമസഭയിൽ ഇക്കാര്യം ഒരു ബില്ലിന്റെ രൂപത്തിൽ അവത
രിപ്പിച്ചു. രണ്ടുതവണ ചർച്ചയും ഉണ്ടായി. പക്ഷേ, ഫലമൊന്നും ഉണ്ടാ
യില്ല. വീണ്ടും ഒരു ഇരുനൂറ് വർഷം കൂടി ജൂലിയൻ കലണ്ടർ പ്രചാര
ത്തിൽ ഇരുന്നു.

പതുക്കെപ്പതുക്കെ ജോർജിയൻ കലണ്ടർ അംഗീകരിക്കേണ്ടതിന്റെ
ആവശ്യകത ഇംഗ്ലണ്ടിലെ ബുദ്ധിശാലികൾക്കു ബോധ്യമായിത്തുടങ്ങി.
ജ്യോതിശ്ശാസ്ത്രത്തിൽ ഒട്ടെറെ പുരോഗതി ഉണ്ടായി. ജൂലിയൻ കല
ണ്ടർ കൊണ്ട് കൃത്യമായി കണക്കു കൂട്ടുവാൻ സാധിക്കാത്ത സ്ഥിതി
വിശേഷമായി. പുറം രാജ്യങ്ങളിൽ പോയവർക്ക് 'തീയതി'കളിൽ
വ്യത്യാസം അനുഭവപ്പെട്ടു. അതാകട്ടെ അവരെ വല്ലാതെ കുഴക്കുകയും

ചെയ്തു. അന്തർദേശീയ കാര്യങ്ങളിൽ തീയതികളിലെ മറിമായം ഒരു കീറാമുട്ടിയായി. കരാർ, വ്യാപാരപത്രങ്ങൾ എന്നിവ ഒപ്പുവയ്ക്കേണ്ട അവസരങ്ങളിൽ ഇരുരാജ്യങ്ങളിലെയും തീയതികൾ വ്യത്യസ്തങ്ങളായതുകൊണ്ടുള്ള ബുദ്ധിമുട്ട് വളരെയേറെ പ്രശ്നങ്ങളുണ്ടാക്കി. അങ്ങനെ 1751-ൽ ജൂലിയൻ കലണ്ടർ പരിഷ്കരിക്കുന്ന കാര്യം പാർലമെന്റിൽ ചർച്ചയ്ക്ക് വന്നു.

ബിൽ നഷ്ടപ്പെടുത്തിയ ദിവസങ്ങൾ

ആ വർഷം വസന്തകാല വിഷുവം ശരിയായ വിഷുവത്തിന് പതിനൊന്ന് ദിവസം മുമ്പേ ആയിരുന്നു. ഈ വിഷമസന്ധി കടന്നുകിട്ടുവാൻ 1752 സെപ്റ്റംബർ 2 കഴിഞ്ഞാൽ 1752 സെപ്റ്റംബർ 14 ആണ് തീയതി എന്ന് ചെസ്റ്റർഫീൽഡ് പ്രഭു പ്രഖ്യാപിക്കുകയും അതിനുശേഷം ഗ്രിഗോറിയൻ കലണ്ടർ ആണ് ഉപയോഗിക്കേണ്ടത് എന്ന് തീരുമാനിക്കുകയും ചെയ്തു. നേരിയ എതിർപ്പുണ്ടായെങ്കിലും ഈ ബിൽ നിയമമായി. അതായത് ഗ്രേറ്റ് ബ്രിട്ടന് സെപ്റ്റംബർ 3 മുതൽ 13 വരെയുള്ള 11 ദിവസങ്ങൾ നഷ്ടപ്പെട്ടു.

പാർലമെന്റിനകത്ത് നടന്ന കാര്യമാണ് മുകളിൽ നാം കണ്ടത്. അതിനു പുറത്താകട്ടെ, കലണ്ടർ മാറ്റത്താൽ ജനം ഇളകി വശായി. മാറ്റത്തെ ഉൾക്കൊള്ളാൻ സാധാരണ ജനം തയ്യാറല്ലായിരുന്നു. ഈ കോലാഹലങ്ങൾക്കെല്ലാം ഉത്തരവാദികൾ കത്തോലിക്കരെന്ന് ഒരുകൂട്ടർ അഭിപ്രായപ്പെട്ടു.

മതപരമല്ലാത്ത കാരണങ്ങളും ഈ എതിർപ്പിനുണ്ടായിരുന്നു. ഭൂവുടമകൾ, കച്ചവടക്കാർ, കുടിയാന്മാർ തുടങ്ങിയവർക്ക് പണമിടപാടുകളിൽ തീയതി 'കാണാതാവൽ' വിഷമം സൃഷ്ടിച്ചു. മതപരമായ പല ആഘോഷങ്ങളുടെയും തീയതികളിൽ മാറ്റങ്ങളുണ്ടായി. അവിടം കൊണ്ടും അവസാനിച്ചില്ല. തങ്ങളുടെ വയസ്സിൽനിന്ന് 11 ദിവസം പാർലമെന്റ് വെട്ടിക്കുറച്ചുവെന്ന് ഒട്ടേറെപ്പേർ ആത്മാർഥമായിതന്നെ വിശ്വസിച്ചു.

'നഷ്ടപ്പെട്ട 11 ദിനങ്ങൾ തിരിച്ചു നൽകുക' എന്ന മുദ്രാവാക്യം വിളിച്ച് പ്രധാന നഗരവീഥികളിൽ കൂടി കൂറ്റൻ പ്രകടനങ്ങൾ വരെ നടന്നുവെന്നുപറഞ്ഞാൽ കാര്യത്തിന്റെ ഗൗരവം മനസ്സിലാകുമല്ലോ.

തെരഞ്ഞെടുപ്പിലെ കക്ഷി

1754-ൽ ഓക്സ്ഫോർഡ് ഷയറിൽ തെരഞ്ഞെടുപ്പുണ്ടായപ്പോൾ കലണ്ടർ മാറ്റമായിരുന്നു ഒരു പ്രധാന ആയുധമാക്കി പ്രതിയോഗികൾ ഉപയോഗിച്ചത്. നഷ്ടപ്പെട്ട 11 ദിനങ്ങൾ തിരിച്ചു കിട്ടുവാനായി തെരഞ്ഞെടുപ്പിൽ ഒട്ടെറെ ചുമരെഴുത്തുകൾ പ്രത്യക്ഷപ്പെട്ടു.

പുതിയ കലണ്ടറിന്റെ കണക്കുകൂട്ടലിൽ ഒരു പ്രധാനിയായിരുന്നു ജയിംസ് ബ്രാഡ്‌ലി. ജ്യോതിശാസ്ത്രജ്ഞനായിരുന്ന ഇദ്ദേഹം ഒൻപതു വർഷങ്ങൾക്കു ശേഷം രോഗശയ്യയിലായി. മരണം അദ്ദേഹത്തെ കാർന്നു

കൊണ്ടിരുന്നു. കലണ്ടർ മാറ്റത്തിൽ ഇദ്ദേഹത്തിന്റെ പങ്കുകൊണ്ടുണ്ടായ ദൈവശാപമാണ് രോഗകാരണം എന്നുവരെയെത്തി സ്ഥിതിഗതികൾ. കലണ്ടർ മാറ്റത്തിനു ശേഷം നൂറു വർഷം കഴിഞ്ഞപ്പോൾ ഒരു പത്രം കളിയാക്കി ഇപ്രകാരം എഴുതി:- "ഒരു തലമുറയുടെ മുഴുവൻ ആയു സ്സിൽ 11 ദിവസം വെട്ടിക്കുറച്ചിട്ട് നൂറ് വർഷം ആയിരിക്കുന്നു." പുതിയ കലണ്ടർ പ്രകാരം ജനുവരി 1 ആണ് പുതുവർഷ പുലരി. ജൂലിയൻ കലണ്ടറാകട്ടെ ഈ തീയതി മാർച്ച് 25 ആയിരുന്നു. പക്ഷേ, സാമ്പത്തിക കാര്യങ്ങൾക്ക് ഒരു പൂർണ വർഷംതന്നെ ആവശ്യമാകയാൽ 1752-53ലെ സാമ്പത്തിക വർഷം മാർച്ച് 25-ന് അവസാനിക്കരുതെന്നും 11 ദിവസം കൂടി കൂട്ടിയ തീയതിയായ ഏപ്രിൽ 5 തന്നെ വേണമെന്ന് തീരുമാനമു ണ്ടായി.

മാസങ്ങളുടെ കഥ

ഇന്നും നാം ഉപയോഗിക്കുന്ന മാസങ്ങളുടെ പേരുകൾ പുരാതന റോമൻ പേരുകളിൽനിന്നുണ്ടായതാണ്.

ജനുവരി:— രണ്ടു മുഖങ്ങളുള്ള റോമൻ ഭഗവാനായ 'ജനസി' (Janasy)ൽ നിന്നാണീ പേര് വന്നത്. രണ്ടു മുഖങ്ങളുള്ള ഈ ദൈവം ഭൂതത്തിലേക്കും ഭാവിയിലേക്കും ദൃഷ്ടി പതിപ്പിച്ചുകൊണ്ടിരിക്കുന്നു എന്നാണ് സങ്കൽപം.

ഫെബ്രുവരി:— റോമിൽ ഫെബ്രുവരി 15-ന് നടന്നിരുന്ന ഫെബ്രുവ (Februa)എന്ന ശുദ്ധീകരണ ഉത്സവത്തിൽനിന്നാണ് ഈ മാസത്തിനുള്ള പേര് വന്നത്.

മാർച്ച്:— യുദ്ധത്തിന്റെ റോമൻ ദൈവമായ മാർസിൽ (Mars) നിന്നാണ് മാർച്ച് വന്നത്. പകൽ കൂടുതൽ ദൈർഘ്യമുണ്ടാകുന്നതിനാൽ 'നീളുന്ന മാസം' എന്നാണു പറയുക.

ഏപ്രിൽ:— വ്യക്തമായ വ്യുൽപ്പത്തി അറിയില്ല. 'തുറക്കുക' എന്നർഥം വരുന്ന ലാറ്റിൻ പദത്തിൽനിന്നാകാം (aperire) ഉണ്ടായത്.

മെയ്:— റോമൻ ദേവി (Maia) യുടെ പേരിൽ നിന്ന്. വളർച്ചയുടെ ദേവതയാണിവർ.

ജൂൺ:— വ്യക്തമായ വ്യുൽപ്പത്തി അറിവില്ല. സ്വർഗത്തിലെ രാജ്ഞിയായ റോമൻ ദേവിയുടെ (Juno) പേരിൽ നിന്നുണ്ടായതെന്നു കരുതുന്നു.

ജൂലായ്:— ജൂലായ് മാസത്തിൽ ജനിച്ച ജൂലിയസ് സീസറിനു ശേഷം.

ആഗസ്റ്റ്:— റോമാ ചക്രവർത്തി ഒക്ടേവിയസ് അഗസ്തസിന്റെ ഈ മാസത്തിലെ പല പല വിജയങ്ങളെ ആസ്പദമാക്കി പേരിട്ടത്.

സെപ്റ്റംബർ:— ഏഴ് എന്നർഥം വരുന്ന ലാറ്റിൻ പദ (Septem) ത്തിൽ നിന്ന് വ്യുൽപദിച്ചത്. പഴയ റോമാകലണ്ടറിൽ സെപ്റ്റംബർ ഏഴാ മത്തെ മാസമായിരുന്നു.

ഒക്ടോബർ:— എട്ട് എന്നർഥം വരുന്ന ലാറ്റിൻപദ(Octo)ത്തിൽ നിന്നുണ്ടായത്. ഇലകൾ മഞ്ഞനിറമാകുന്ന മാസമായതിനാൽ ഇതിനെ 'മഞ്ഞമാസം' എന്നു വിളിക്കുന്നവരുമുണ്ട്.

നവംബർ:— ഒൻപത് എന്നർഥം വരുന്ന ലാറ്റിൻപദ (Novem) ത്തിൽ നിന്നുണ്ടായത്.

ഡിസംബർ:— പത്ത് എന്നർഥം വരുന്ന ലാറ്റിൻ പദ (Decem) ത്തിൽ നിന്നുണ്ടായി.

സാമൂഹികം, മതപരം, വാണിജ്യപരം, ഭരണപരം തുടങ്ങിയവയ് ക്കായി ദിവസം ക്രമീകരിക്കുന്ന സമ്പ്രദായമാണ് കലണ്ടർ. 'സമയ' അള വുകൾക്ക് ദിവസം, ആഴ്ച, മാസം, വർഷം എന്നീ പ്രത്യേക പേരുകൾ നൽകിയാണീ ക്രമീകരണം നടത്തിയിരിക്കുന്നത്. വിവിധ സംസ്കാര ങ്ങൾക്കും സമൂഹങ്ങൾക്കും അവരുടെ ആവശ്യങ്ങൾക്കമനുസൃതമായി ചിട്ടപ്പെടുത്തിയ കലണ്ടറുകൾ ഉണ്ട്. കലണ്ടറിന്റെ ഏറ്റവും ചെറിയ 'സമയ' ഏകകം 'ദിവസം' ആണ്. കീഴ്‌വഴക്കനുസരിച്ചാണിതുണ്ടായതും. പ്രപഞ്ചവും മനുഷ്യരാശിയും തമ്മിലുള്ള കണ്ണിയാണ് കലണ്ടർ എന്നു വിശേഷിപ്പിക്കാം. ഒരു സർവെ (1987-ൽ) പ്രകാരം ലോകത്ത് നാൽപ്പ തോളം കലണ്ടറുകൾ പ്രചാരത്തിലുണ്ട്. ഗ്രിഗോറിയൻ, ജൂലിയൻ, ഹിന്ദു, ഹിബ്രു, പേർഷ്യൻ, ഇസ്ലാമിക് തുടങ്ങിയവ ഇവയിൽ ചിലതുമാത്രം. ഇതിൽ ഗ്രിഗോറിയൻ കലണ്ടറാണ് സാർവലൗകിക അംഗീകാരവും ഏറ്റവും പ്രചാരവും ഉള്ളത്. ജൂലിയൻ കലണ്ടറിന്റെ പരിഷ്കൃത രൂപ മാണിത്. 1582 ഫെബ്രുവരി 24-ന് പോപ്ഗ്രിഗറി പതിമൂന്നാമൻ ആണ് ഈ കലണ്ടർ നിയമവിധേയമാക്കി നടപ്പിലാക്കിയത് (decreed by Pope Gregory XIII). പ്രാമാണിക കലണ്ടറുകൾ പോലും പ്രാദേശികമായ മാറ്റങ്ങൾക്കു വിധേയമാണ് എന്നതും ശ്രദ്ധിക്കുക.

8

ആപ്പിൾ വീഴുന്നത് ന്യൂട്ടൺ കണ്ടോ?

നല്ല തമാശ. ആപ്പിൾ ഞെട്ടറ്റു വീഴുന്നത് സർ ഐസക് ന്യൂട്ടൺ കണ്ടിരിക്കാൻ സാധ്യതയുണ്ടെന്നാണോ പറയുന്നത്? ചൂടുള്ള അന്തരീ ക്ഷത്തിൽ, ആപ്പിൾ മരങ്ങളുടെ തണലിൽ ഇരിക്കുമ്പോൾ ഒരാപ്പിൾ താഴോട്ടുവീഴുന്നതുകണ്ടപ്പോഴല്ലേ ഭൂമിക്ക് ആകർഷണശക്തിയുണ്ടെന്ന് സുപ്രസിദ്ധ ശാസ്ത്രജ്ഞനായ ന്യൂട്ടൺ കണ്ടുപിടിച്ചത്? ഇക്കഥ എല്ലാ വർക്കും അറിയുന്ന കാര്യമാണല്ലോ? പിന്നെ എന്താ! അങ്ങനെയൊക്കെ യാണ് എന്നാണ് പൊതുധാരണ. പൊതുവായ ധാരണകൾ ശരിയായി ക്കൊള്ളണമെന്നില്ലല്ലോ. അതുകൊണ്ട് ഇക്കാര്യം അസത്യം ആണെന്നു പറയാമോ? അതും വയ്യ. എന്തായിരിക്കാം ഇതിലെ വസ്തുത?

ആ മരം

ന്യൂട്ടന്റെ മുന്നിൽ (തല യിൽ?) ഒരാപ്പിൾ ഞെട്ടറ്റു വീണ താണല്ലോ സംഭവം. ആ ആപ്പിൾ മരം പ്രത്യേകം അടയാളപ്പെ ടുത്തി ശ്രദ്ധിക്കുവാൻ തുടങ്ങി യത് പതിനെട്ടാം നൂറ്റാണ്ടിന്റെ അന്ത്യത്തോടെയായിരുന്നു. കുറെകാലം കടന്നുപോയി. 1820 ഓടെ ആ ആപ്പിൾ മരം ക്ഷയി ച്ചു. അത് മുറിച്ചുനീക്കേണ്ടതായി വന്നു. പക്ഷേ, അതിന്റെ തടി സൂക്ഷിച്ചു വച്ചിട്ടുണ്ട ത്രേ.

ഐസക് ന്യൂട്ടൺ

അതിന്റെ തന്നെ ഒരുഭാഗംകൊണ്ട് ഒരു കസേരയുണ്ടാക്കി. ആ കസേര ഇന്നും ഉണ്ട്. എങ്ങനെയുണ്ട് കാര്യങ്ങളുടെ കിടപ്പ്? ചരിത്രപ്രസിദ്ധമായ, ശാസ്ത്രചരിത്രത്തിലെ പ്രധാന വഴികാട്ടി എന്നു പറയാവുന്ന ആ ആപ്പിൾ മരത്തിന്റെ പിൻതുടർച്ചക്കാർ ഇന്നും ഉണ്ടെന്ന് 1951 ൽ റിപ്പോർട്ട് ചെയ്തി ട്ടുണ്ട്.

ഏതായാലും ആപ്പിൾ കഥയുടെ സത്യാവസ്ഥ അറിയുവാൻ കൊതി തോന്നുന്നുണ്ടാകും അല്ലേ? എങ്കിൽ ശ്രദ്ധിച്ചു വായിക്കൂ.

ഗലീലിയോ അന്തരിച്ച അതേ വർഷത്തിലാണ് ഐസക്ന്യൂട്ടൺ ജനിച്ചത്. കൃത്യമായി പറഞ്ഞാൽ 1642 ഡിസംബർ 25ന്. അന്നൊരു ക്രിസ്തുമസ് ദിനമാണെന്ന് അറിയാമല്ലോ, നാലുവർഷം കൂടി കഴിഞ്ഞ പ്പോൾ ആണ് പ്രശസ്തഗണിതജ്ഞനായ ലീബ്നിസ്റ്റിന്റെ ജനനം.

ഐസക്ന്യൂട്ടന്റെ ജനനത്തിനുമുമ്പുതന്നെ അച്ഛൻ മരിച്ചിരുന്നു. അമ്മ രണ്ടാമതും വിവാഹം ചെയ്തു. വീട്ടിലെ ചുറ്റുപാടുകൾ അദ്ദേഹ ത്തിന്റെ പ്രകൃതത്തിന് ഇണങ്ങുന്നതല്ലായിരുന്നു. അതിനാൽ അമ്മൂമ്മ യുടെ കൂടെ താമസിച്ചു.

കൂട്ടുകാരന്റെ അടി

കുട്ടിക്കാലത്ത് ആരോഗ്യക്കുറവുകാരണം പാഠ്യവിഷയങ്ങളിൽ അത്ര ശ്രദ്ധിച്ചിരുന്നില്ല. പക്ഷേ, ഈ രീതിയാകെ മാറുന്നതിനുകാരണ മായി ഒരു സംഭവം നടന്നു. ക്ലാസിലെ മുതിർന്ന കുട്ടിയുമായി ന്യൂട്ടൺ ഒരു ദിവസം ശണ്ഠകൂടി. വളരെ അടുത്ത കൂട്ടുകാരൊന്നും ഇല്ലാത്ത കുട്ടിയായിരുന്നു ന്യൂട്ടൺ. വാക്കുതർക്കം മൂത്തുവന്നപ്പോൾ മുതിർന്ന കുട്ടി ന്യൂട്ടന് ഒരടി കൊടുത്തു. കണ്ടുനിന്ന മറ്റു കുട്ടികൾ പരിഹസിച്ച് ആർത്തുചിരിച്ചു. അതാണല്ലോ കുട്ടികളുടെ രീതി. ന്യൂട്ടന്റെ എതിരാളി ഒരു ഹീറോ ആയി. ഈ സംഭവം ന്യൂട്ടനെ വല്ലാതെ ദുഃഖിപ്പിച്ചു. ആ ദുഃഖം ഒരു വാശിയായി മാറി. അദ്ദേഹം വാശിവെച്ചു പഠിച്ചു. അൽപ്പം നാളുകൾക്കുശേഷം ക്ലാസിൽ ഒന്നാമനായി. അതോടെ അപകർഷതാ ബോധം പമ്പകടന്നു.

അമ്മയുടെ രണ്ടാമത്തെ ഭർത്താവും മരിച്ചു. അന്ന് ന്യൂട്ടന് പതി നാലുവയസ്സുപ്രായമായിരുന്നു. മറ്റ് ഒട്ടേറെ പ്രതിഭാശാലികളെപ്പോലെ സ്കൂൾ വിദ്യാഭ്യാസം ന്യൂട്ടനും അത്യധികം വിരസമായി തോന്നി. പഠി ത്തത്തിൽ ശ്രദ്ധിക്കുന്നതിനുപകരം പട്ടം പറപ്പിക്കുക, പമ്പരം എറിയുക, നാഴികമണി, നാടൻക്ലോക്കുകൾ, വെള്ളച്ചക്രങ്ങൾ ഇവ ഉണ്ടാക്കുക എന്നിവയിലായിരുന്നു ആ ബാലന്റെ ശ്രദ്ധ. എന്തിനധികം പറയുന്നു, കൃഷിപ്പണിയിൽ ഏർപ്പെട്ട് ജീവിതം ആരംഭിക്കുകയാണ്, അല്ലാതെ പഠി ച്ചുമിടുക്കനാകുവാൻ മകനെക്കൊണ്ട് പറ്റുകയില്ല എന്നു ബാലനായ ഐസക്കിന്റെ അമ്മ ഒരിക്കൽ വിധിയെഴുതിയത്രേ. പഠിത്തം നിർത്തി അമ്മയോടൊപ്പം കൃഷിപ്പണിയിൽ ഏർപ്പെട്ടാലോ എന്ന് ന്യൂട്ടണും

ചിന്തിച്ചു. പക്ഷേ, അദ്ദേഹത്തിന് തീരെ ഇണങ്ങാത്ത ഒരു ജോലിയായി
രുന്നു കൃഷിപ്പണി. അതിനാൽ ആ പരിപാടിയും ഉപേക്ഷിച്ചു.

മഹാമാരി

1664. ഇരുപതുവയസ്സുകഴിഞ്ഞ ഐസക്ന്യൂട്ടൺ കേംബ്രിഡ്ജിലെ
ട്രിനിറ്റികോളേജിൽ ഗണിതം പഠിക്കുകയായിരുന്നു. ലണ്ടനിൽ നൂറുക
ണക്കിനാളുകൾ പ്ലേഗ്രോഗം ബാധിച്ച് മരിക്കുന്നസമയം. മാരകമായ ഈ
രോഗം രാജ്യത്തിന്റെ മറ്റ് ഭാഗങ്ങളിലേക്കും വ്യാപിച്ചു, പ്രത്യേകിച്ച് 1665
ലെ ചൂടുമാസകാലങ്ങളിൽ. ഈ പകർച്ചവ്യാധിയെ ഭയന്ന് ജനങ്ങൾ
ഗ്രാമങ്ങളിൽപോയി താമസമാക്കി. തിരക്കുപിടിച്ച നഗരങ്ങളിൽ രോഗം
പകരുവാനുള്ള സാധ്യത കൂടുതലാണല്ലോ. അതിനാൽ ന്യൂട്ടൺ അദ്ദേ
ഹത്തിന്റെ അമ്മ താമസിക്കുന്ന ചെറിയ ഗ്രാമത്തിലേക്കുപോയി. രണ്ടു
വർഷത്തോളം ആ ഗ്രാമപ്രദേശത്ത് അദ്ദേഹം താമസിച്ചു.

അമ്മയ്ക്ക് അവിടെ മനോഹരമായ ഒരു തോട്ടം ഉണ്ടായിരുന്നു.
ന്യൂട്ടൺ അധികസമയവും ആ തോട്ടത്തിൽ ഇരുന്നുപഠിച്ചു. ഈ പ്ലേഗ്
വർഷങ്ങളിലാണ് സയൻസിനെക്കുറിച്ചും ഗണിതത്തെക്കുറിച്ചും ജീവി
തത്തിൽ ഏറ്റവും അധികം ചിന്തിച്ചത് എന്ന് ന്യൂട്ടൺതന്നെ പിന്നീട്
രേഖപ്പെടുത്തിയിട്ടുണ്ട്. ഇക്കാലത്താണ് ഗണിതത്തിലെ ഒരു പ്രധാന
ശാഖയായ 'കാൽക്കുലസ്' അദ്ദേഹം കണ്ടുപിടിച്ചത്. ഭൂഗുരുത്വം, പ്രകാ
ശത്തെക്കുറിച്ചുള്ള വസ്തുക്കൾ എന്നീ കാര്യങ്ങളും ഇക്കാലത്തുതന്നെ
കണ്ടുപിടിച്ചു.

അദ്ദേഹത്തെക്കുറിച്ച് ഒരുപാട് കഥകൾ നിലവിലുണ്ട്. അവയിൽ
ഒന്ന് ഇപ്രകാരമാണ്:-

അമ്മയുടെ തോട്ടത്തിൽ ന്യൂട്ടൺ വെറുതെ ഇരിക്കുകയാ
യിരുന്നു. അപ്പോൾ മരത്തിൽനിന്ന് ഒരു ആപ്പിൾ താഴോട്ടു
വീണു. എന്തുകൊണ്ടാണ് മുകളിലോട്ടോ മറ്റ് ദിശകളി
ലോട്ടോ പോകാതെ ആപ്പിൾ താഴോട്ടു തന്നെ വീണത്
എന്നായി അദ്ദേഹത്തിന്റെ ആലോചന. ഞെട്ടറ്റ ആപ്പിൾ
താഴോട്ടുവന്നത്, ഭൂമിയിൽനിന്ന് ശക്തിയായ ഒരുതരം 'വലി
ക്കൽ' കൊണ്ടാണ് എന്ന തീരുമാനത്തിൽ അദ്ദേഹം
ചെന്നെത്തി.

അങ്ങനെയാണ് ഭൂമിയുടെ ഗുരുത്വാകർഷണശക്തി കണ്ടുപിടിക്കു
വാൻ അദ്ദേഹത്തിനു കഴിഞ്ഞത്. ഇങ്ങനെയൊക്കെയാണ് കഥയുടെ
പോക്ക്.

1727 ൽ ബലങ്ങളെക്കുറിച്ച് റോബർട്ട് ഗ്രീനെ (Greene) എഴുതിയ
പുസ്തകത്തിലാണ് ഈ സംഭവത്തെക്കുറിച്ച് ആദ്യപരാമർശം എന്നുപ
റയാം. തന്റെ ഉറ്റമിത്രമായ മാർട്ടിൻ ഫോൾക്ക് ആണ് ഇക്കാര്യം പറ

ഞ്ഞതെന്നും ഗ്രീനെ അവകാശപ്പെടുന്നുണ്ട്. ഫ്രഞ്ച്കാരനായ വോൾട യർ 1733 ൽ പ്രസിദ്ധീകരിച്ച ഗ്രന്ഥത്തിലും മരത്തിൽനിന്നു പഴം താഴോ ട്ടുവീണ സംഭവവും ന്യൂട്ടണും ആയ ബന്ധവും പരാമർശിക്കുന്നുണ്ട്. ന്യൂട്ടന്റെ അകന്ന ബന്ധുവായ ഒരു സ്ത്രീയാണ് തന്നോട് ഇക്കാര്യം പറഞ്ഞതെന്ന് വോൾടയർ പ്രസ്താവിച്ചിട്ടുണ്ട്.

സംഭവം നടന്നിട്ടില്ല

ഇതൊക്കെ കഥയുടെ ഒരുവശം. ഇതാനോക്കൂ. മരത്തിൽനിന്ന് ആപ്പിൾ താഴോട്ടുവീഴുന്നതുകണ്ടശേഷമാണ് ന്യൂട്ടൺ ഗുരുത്വാകർഷ ണത്തെക്കുറിച്ച് 'ബോധം' ഉണ്ടായത് എന്ന് പിൽക്കാലത്തുള്ള പലരും വിശ്വസിക്കുന്നില്ല. അത്ര നിസ്സാരമായ ഒരു സംഭവത്തിന് ഇത്ര വലി യൊരു ആശയത്തിന്റെ കാരണമാകുവാൻ എങ്ങനെ സാധിക്കും എന്ന വർ സംശയിക്കുന്നു. ന്യൂട്ടന്റെ സമകാലികരായ ഒരെഴുത്തുകാരനും ഇക്കാര്യത്തെക്കുറിച്ച് സൂചിപ്പിക്കുന്നില്ല എന്നാണ് അവരുടെ മതം. ന്യൂട്ടന്റെ മരണശേഷം മംഗളപത്രം എഴുതിയ ആളാണ് ഫോണ്ടനെല്ലി. അദ്ദേഹം ഇങ്ങനെ ഒരു സംഭവം ഉണ്ടായതായി ഒരിടത്തും പരാമർശി ക്കുന്നില്ല.

മറ്റൊരു സമകാലികനായ പെമ്പർട്ടൻ ഇപ്രകാരം പറയുന്നു:- 'പ്ലേഗ്രോഗം കാരണം കേംബ്രിഡ്ജിൽ നിന്ന് ഗ്രാമത്തിൽ എത്തിയ ന്യൂട്ടൺ വെറുതെ ഇരിക്കുമ്പോഴാണ് ഗുരുത്വാകർഷണത്തെക്കുറിച്ചുള്ള ചിന്ത ഉണ്ടായത്." ന്യൂട്ടന്റെ സമകാലികനായ വിസ്ടനോ ന്യൂട്ടന്റെ പ്രധാന ജീവചരിത്രകാരനായ സർ ഡേവിഡ് ബ്രൂവ്സ്റ്ററോ ആപ്പിൾ വീഴുന്ന സംഭവത്തെക്കുറിച്ച് അവരുടെ പുസ്തകങ്ങളിൽ ഒന്നുംതന്നെ പറയുന്നുമില്ല.

മറ്റു ചില എഴുത്തുകാരാകട്ടെ ഇങ്ങനെ ഒരു സംഭവം ഉണ്ടായ കാര്യം തന്നെ വെറും തമാശയായി കണക്കാക്കി. ജർമൻകാരനായ ഹെഗൽ അക്കൂട്ടത്തിൽപ്പെടുന്നു. തത്വശാസ്ത്രപരമായ ശാസ്ത്രങ്ങൾക്ക് ആപ്പിൾ എന്നും ദുശ്ശകുനമായ ഒന്നായിരുന്നു എന്നുവരെ, മറ്റു കഥകൾ ഉദാഹരിച്ച് അദ്ദേഹം സ്ഥാപിക്കുന്നു. മറ്റൊരു ജർമൻകാരനായ ഗോസ് ആപ്പിൾ വീണകഥ കുറെക്കൂടി സരസമായി പ്രതിപാദിക്കുന്നത് നോക്കൂ.

ആപ്പിളിനെക്കുറിച്ചുള്ള ചരിത്രം തികച്ചും വിഡ്ഢിത്തമാ ണ്. ആപ്പിൾ മരത്തിൽനിന്ന് വീണുവോ ഇല്ലയോ എന്ന് എങ്ങനെ അറിയാം? ആർക്ക് ഉറപ്പുണ്ട് ഇക്കാര്യത്തിൽ? ഭൂഗുരുത്വാകർഷണംപോലുള്ള സുപ്രധാന ആശയങ്ങളെ ഇത്തരം നിസ്സാര സംഭവങ്ങളുമായി കൂട്ടിക്കുഴയ്ക്കുന്നതു തന്നെ വിവേചകശൂന്യമാണ്. ഇനി പറയുംപോലെ എന്തെ ങ്കിലും സംഭവിച്ചിരിക്കുവാനേ സാധ്യതയുള്ളൂ. ഇത്രയും പ്രധാനമായ ഒരു കണ്ടുപിടിത്തത്തിനുള്ള കാരണമായി

എന്തെങ്കിലും ഉണ്ടാകുകയുണ്ടായോ എന്നോ മറ്റോ ചോദിച്ച് ആരെങ്കിലും അദ്ദേഹത്തെ വിടാതെ ശല്യം ചെയ്തിരിക്കും. ഇയാളെ എങ്ങനെയെങ്കിലും ഒഴിവാക്കേണ്ടത് ന്യൂട്ടന് ഒരു ആവശ്യമായിവന്നു. അപ്പോൾ ഒരാപ്പിൾ അദ്ദേഹത്തിന്റെ മൂക്കിൽ വന്നുവീണു എന്നോ മറ്റോ പറഞ്ഞ് ന്യൂട്ടൺ തടിതപ്പിക്കാണും. അന്വേഷകൻ സന്തോഷവാനായി സ്ഥലം വിട്ടിരിക്കുകയും ചെയ്തിരിക്കും.

മരത്തിൽനിന്ന് ആപ്പിൾ ഞെട്ടറ്റ് താഴോട്ടു വീഴുന്ന സംഭവമാണ് ഭൂഗുരുത്വത്തെക്കുറിച്ച് ന്യൂട്ടനെ ചിന്തിപ്പിക്കാൻ പ്രേരിപ്പിച്ചത് എന്ന് അതേ പടി വിശ്വസിക്കുക പ്രയാസമുള്ള കാര്യമാണ്. ന്യൂട്ടന് മുമ്പ്, പലർക്കും ഭൂഗുരുത്വശക്തിക്കുസമാനമായ 'എന്തോ' ഒന്നിനെക്കുറിച്ച് ചില ധാരണകൾ ഉണ്ടായിരുന്നതായി ശാസ്ത്രചരിത്രം പറയുന്നുണ്ട്. ന്യൂട്ടൺ ജനിച്ച അതേ വർഷം അന്തരിച്ച ഗലീലിയോ ഈ രംഗത്ത് ഒട്ടേറെ സംഭാവനകൾ നൽകിയ ശാസ്ത്രജ്ഞനായിരുന്നു. എന്നിരുന്നാലും ആപ്പിളിന്റെ വീഴ്ച, ഇക്കാര്യത്തെക്കുറിച്ച് കൂടുതൽ ചിന്തിപ്പിക്കുവാൻ ന്യൂട്ടനെ ഒരു പക്ഷേ പ്രേരിപ്പിച്ചിരിക്കാം. ഇപ്പറഞ്ഞതിനും ഇങ്ങനെ തെളിവു നൽകാവുന്നതാണ്:

ഡോക്ടർ രംഗത്ത്

ആ കഥ ഇങ്ങനെ പോകുന്നു. ന്യൂട്ടനെ ചികിത്സിച്ചിരുന്ന ഡോക്ടർ സ്റ്റക്ലെ ന്യൂട്ടന്റെ ജീവിതത്തെക്കുറിച്ച് ഒരു പുസ്തകം എഴുതിയിരുന്നു. അതിന്റെ കൈയെഴുത്തു പ്രതി ഇരുന്നൂറോളം വർഷം ആരും ശ്രദ്ധിക്കാതെ കിടന്നതും പിന്നീട് പുസ്തകരൂപത്തിൽ വന്നതും രസകരമായ മറ്റൊരു കഥ. ആരെങ്കിലും പറഞ്ഞു കേട്ടല്ല, സ്വന്തം അനുഭവത്തിൽ നിന്നാണ് താൻ ഈ ഗ്രന്ഥം രചിച്ചിരിക്കുന്നത് എന്നും ഡോക്ടർ പ്രത്യേകം അവകാശപ്പെടുന്നുണ്ട്. അദ്ദേഹം പറയുന്നതുനോക്കൂ:-

1726 ഏപ്രിൽ 15. ഞാൻ അദ്ദേഹത്തിന്റെ കൂടെയാണ് ഭക്ഷണം കഴിച്ചത്. ആ ദിവസം മുഴുവൻ ഞങ്ങൾ രണ്ടു പേരും മാത്രമെ ഉണ്ടായിരുന്നുള്ളു. ചൂടു കൂടുതൽ ആകയാൽ ഞങ്ങൾ തോട്ടത്തിൽ ചെന്നിരുന്ന് കാറ്റുകൊണ്ടു. ഏതാനും ആപ്പിൾ മരങ്ങളുടെ തണലിൽ ഇരുന്ന് ചായകുടിച്ചു. മറ്റു കണ്ടുപിടിത്തങ്ങളുടേതുപോലെയുള്ള അവസ്ഥയിൽ തന്നെയായിരുന്നു അദ്ദേഹം ഭൂഗുരുത്വാകർഷണത്തിന്റെ കാര്യത്തിലും എന്നും പറഞ്ഞു. ചിന്തിച്ചുകൊണ്ടിരിക്കുമ്പോൾ, ആപ്പിൾ താഴോട്ടുവീഴുന്നത് കണ്ടുവത്രെ. എന്തുകൊണ്ടിത് ഭൂമിയിലേക്കുതന്നെ വീഴുന്നു എന്ന് അന്നേരം ഓർത്തുപോയത്രെ. ഭൂമി അതിനെ തന്നിലേക്കു പിടിച്ച് വലിക്കുന്നുണ്ടാകും എന്നും ന്യൂട്ടന് തോന്നി.

ഭൂഗുരുത്വാകർഷണത്തെക്കുറിച്ച് ചില ധാരണകൾ ഉണ്ടായിരുന്ന സമയത്താണ് ആപ്പിൾ താഴോട്ടുവീഴുന്നത് ഐസക് ന്യൂട്ടൺ കാര്യമായി ശ്രദ്ധിച്ചത്. എന്നാണല്ലോ ഇതിൽനിന്ന് അർഥമാക്കേണ്ടത്.

തീപിടിത്തം

ആപ്പിൾ വീണകാര്യവും മറ്റു കഥകളും അങ്ങനെ. അടുത്തത് മറ്റൊരു കഥനോക്കൂ. 1694 ൽ ന്യൂട്ടന് അമ്പത്തൊന്നുവയസ്സ്. കേംബ്രി ഡ്ജിലെ ട്രിനിറ്റി കോളേജ് ആണ് സംഭവസ്ഥലം. തണുപ്പുള്ള ഒരു ദിവസം രാവിലെ, ധൃതിയിൽ മുറിയുടെ വാതിൽ അടച്ച് അദ്ദേഹം പ്രാർഥി ക്കുവാൻ പോയി. അബദ്ധത്തിൽ നായ് (ഇതിന്റെ പേർ ഡയമണ്ട്) മുറി ക്കകത്തായി. പ്രാർഥന കഴിഞ്ഞുവന്ന് മുറി തുറന്നപ്പോൾ നല്ല കാഴ്ച. ന്യൂട്ടൺ എഴുതിവച്ചിരുന്ന ഒട്ടേറെ കടലാസുകൾ കത്തി വെണ്ണീറായിരി ക്കുന്നു. പത്തിരുപതുവർഷത്തെ പരീക്ഷണനിരീക്ഷണങ്ങളിലെ ചില ഫലങ്ങളായിരുന്നു അവയിൽ മുഖ്യവും. ന്യൂട്ടൺ ബേജാറാകാൻ വേറെ വല്ലതും വേണോ? ഇതെങ്ങനെ സംഭവിച്ചു?

അതിനുമുണ്ട് ഒട്ടേറെ വിശദീകരണങ്ങൾ. പ്രാർഥനയ്ക്കായി മുറി അടച്ചുപോകുമ്പോൾ ഡയമണ്ട് എന്ന നായ അകത്തായിരുന്നു. കത്തി ച്ചുവെച്ച മെഴുകുതിരിയും മുറിക്കുള്ളിൽ ഉണ്ടായിരുന്നുവത്രേ. കുപിത നായ ഡയമണ്ട് മെഴുകുതിരി തട്ടിമറിച്ച് ഗവേഷണക്കുറിപ്പുകൾ കത്തി നശിച്ചു എന്നാണ് ഒരു മതം. ശാസിക്കുന്നതിനുപകരം 'എന്റെ ഡയ മണ്ടേ നിനക്കറിയാമോ നീചെയ്ത കൊടുംചതി' എന്നുപറഞ്ഞ് ന്യൂട്ടൺ നായയെ സമാധാനിപ്പിച്ചുവെന്ന് കഥ തുടരുന്നുമുണ്ട്! ശാരീരികാ സ്വാസ്ഥ്യം മൂലം ആ ഗവേഷണഫലങ്ങൾ പഴയപടി വീണ്ടും എഴുതു വാൻ അദ്ദേഹത്തിന് സാധിച്ചില്ല എന്നും അദ്ദേഹത്തിന്റെ ജീവചരിത്ര കാരന്മാർ രേഖപ്പെടുത്തിയിട്ടുണ്ട്.

കഴിഞ്ഞില്ല. ഇതാ മറ്റൊരു വാദഗതി. തന്റെ ഗുരുനാഥൻ നായ, പൂച്ച എന്നീ മൃഗങ്ങളെ മുറിക്കുള്ളിൽതന്നെ കയറുവാൻ അനുവദിക്കുന്ന സ്വഭാവക്കാരനായിരുന്നില്ല എന്ന് അദ്ദേഹത്തിന്റെ ഭൃത്യൻ അവകാശ പ്പെടുന്നു. അതായത് കത്തുന്ന മെഴുകുതിരി തട്ടിയിട്ടത് ഡയമണ്ട് ആയി രിക്കുകയില്ല എന്നുവരുന്നു. പക്ഷേ, ഗവേഷണക്കുറിപ്പുകളിൽ നല്ലൊരു ഭാഗം കത്തിനശിച്ചു എന്ന കാര്യത്തിൽ ആർക്കും തർക്കമില്ല തന്നെ. ഉയരം കുറഞ്ഞ ശരീരം, വീതിയുള്ളനെറ്റി, തവിട്ടുനിറത്തിലുള്ള കണ്ണു കൾ. ഇതായിരുന്നു ന്യൂട്ടന്റെ ശരീരപ്രകൃതി. സദാചാരിയും ചിന്താശീ ലനുമായിരുന്നു അദ്ദേഹം. മുപ്പതുവയസ്സായപ്പോഴേക്കും തലമുഴുവൻ നരച്ച് വെൺചാമരം കണക്കായി. വിശ്രമം നന്നേ കുറവായിരുന്നു ആ പ്രതിഭാശാലിക്ക്. പക്ഷേ, അപ്രധാനങ്ങളായ കാര്യങ്ങളിൽ ഭയങ്കരമറ വിക്കാരനായിരുന്നു അദ്ദേഹം.

മഹാമറവിക്കാരൻ

ന്യൂട്ടന്റെ മറവിയെക്കുറിച്ച് ഒരുപാടുകഥകളുണ്ട്. എല്ലാം വാസ്ത വമല്ലായിരിക്കും. എന്നിരുന്നാലും വാസ്തവത്തിന്റെ കണികയെങ്കിലും ഇല്ലാതാകുകയില്ലല്ലോ. അദ്ദേഹം ഒരു ഡിന്നർ സൽക്കാരം നടത്തുക യായിരുന്നു. ക്ഷണിച്ചവരിൽ ഏറിയപങ്കും എത്തി. അവർ ഭക്ഷണം കഴി ക്കുവാൻ ആരംഭിച്ചു. അകത്തെമുറിയിലെ അലമാരയിലായിരുന്നു വീഞ്ഞു വെച്ചിരുന്നത്. അതെടുക്കുവാനായി മുറിയിലേക്കുപോയ അദ്ദേഹം അക്കാര്യം പാടെമറന്നു. നേരെപോയത് ലബോറട്ടറിയിലേക്കായിരുന്നു. ഏതോ ഒരു പരീക്ഷണം പൂർത്തിയാക്കുവാൻ!

പരീക്ഷണത്തിന്റെ കാര്യം പറഞ്ഞപ്പോഴാണ് മറ്റൊന്ന്. 1669-ൽ ഐസക്ബാറോ രാജിവച്ച ഒഴിവിൽ ആണല്ലോ നീണ്ട 34 വർഷം ന്യൂട്ടൺ ട്രിനിറ്റിയിൽ പ്രൊഫസറായി ജോലി നോക്കിയത്. നല്ലൊരു അധ്യാപകനായിരുന്നില്ല അദ്ദേഹം. അതുകൊണ്ടുതന്നെ വളരെകുറച്ചു പേരെ അദ്ദേഹത്തിന്റെ ക്ലാസിൽ കയറിയുള്ളു. അങ്ങനെ ചെന്നവരിൽ അധികപേർക്കും ന്യൂട്ടൺ പറയുന്നതൊന്നും നന്നായി മനസ്സിലായിരു ന്നതും ഇല്ല. ക്ലാസുമുറിയിൽ വിദ്യാർഥികൾ ആരും ഇല്ലാതിരുന്ന അവ സരങ്ങളും ഉണ്ടായിരുന്നുവത്രേ. ഇതൊന്നും ന്യൂട്ടനെ അലട്ടിയില്ല. അദ്ദേഹം നേരെ ലബോറട്ടറിയിലേക്കുപോകും. അവിടെ കഴിച്ചുകൂട്ടും ബാക്കി സമയം. മറ്റൊരു ദിവസം. ഒരു മലയുടെ മുകളിലേക്ക് ഒരു കുതി രയുടെ കയർ പിടിച്ച് അദ്ദേഹം കയറിച്ചെന്നു. മലയുടെ മുകളിൽ എത്തി യപ്പോൾ കൈയിൽ കയർ മാത്രമേ ഉണ്ടായിരുന്നുള്ളു. എങ്ങനെ?

മറ്റൊരു കഥ:- കൂട്ടിന്റെ വാതിലിൽ അദ്ദേഹം രണ്ട് ദ്വാരങ്ങൾ ഇടു വാൻ ജോലിക്കാരനോട് ഒരിക്കൽ പറഞ്ഞു. ഒരെണ്ണം വലുത്. രണ്ടാമ ത്തേത് ചെറുതും. എന്തിനാണ് രണ്ടെണ്ണം എന്നല്ലേ. കേട്ടോളൂ പൂച്ചയ്ക്കു കടക്കുവാൻ വലിയ ദ്വാരം, പൂച്ചക്കുട്ടിക്കുള്ളവഴി ചെറിയ ദ്വാരവും. എങ്ങ നെയുണ്ട്?

ഈ കഥകളുടെയൊക്കെ ആധികാരികത ചോദ്യം ചെയ്യപ്പെട്ടേക്കാം. പക്ഷേ, ഒരു കാര്യം. ഒരൊന്നാന്തരം മറവിക്കാരനായിരുന്നു ഐസക് ന്യൂട്ടൺ.

പത്തൊമ്പതാമത്തെ വയസ്സിൽ അദ്ദേഹം സ്റ്റോറെ (storey) എന്നൊരു പെൺകുട്ടിയുമായി പ്രേമത്തിലായി. ഒരു നാട്ടുവൈദ്യന്റെ മക ളായിരുന്നു ഈ കുട്ടി. മറ്റൊട്ടേറെ പ്രേമകഥകളെപ്പോലെ, സ്റ്റോറെ വേറൊരാളെ വിവാഹം കഴിച്ച് ജീവിച്ചു. ഈ പെൺകുട്ടിയെ തനിക്കി ഷ്ടമായിരുന്നുവെന്ന് ന്യൂട്ടൺ സമ്മതിക്കുന്നുണ്ട്. പക്ഷേ, എൺപത്ത ഞ്ചാമത്തെ വയസ്സിൽ അദ്ദേഹം മരിക്കുന്നതുവരെ ആലോചിച്ചിട്ടും അവളെ കല്യാണം കഴിക്കാമെന്ന് വാക്കുകൊടുത്തതായി അദ്ദേഹത്തിന് ഓർമയില്ലത്രേ.

1727 ൽ, എൺപത്തഞ്ചാമത്തെ വയസ്സിൽ സർ ഐസക് ന്യൂട്ടൺ

ഐസക് ന്യൂട്ടൺ

അന്തരിച്ചു. അദ്ദേഹത്തിന്റെ ശരീരം വെസ്റ്റ്മിൻസ്റ്റർ ആബിയിൽ സംസ്കരിച്ചു. മഹാനായ വോൾടയർ ശവസംസ്കാരത്തിൽ പങ്കെടുത്തിരുന്നു. അതീവ വിനയ സ്വഭാവത്തോടുകൂടിയ ആളായിരുന്നു അദ്ദേഹം. കാൽക്കുലസ് എന്ന ഗണിത ശാഖ കണ്ടുപിടിച്ച ആൾ എന്നതുകൊണ്ടു മാത്രം അദ്ദേഹം പ്രസിദ്ധ ഗണിതസാ സ്ത്രജ്ഞരുടെ ലിസ്റ്റിൽ സ്ഥാനംപിടിച്ചു. ന്യൂട്ടന്റെ വിനയസ്വഭാവം മനസ്സിലാക്കു വാൻ അദ്ദേഹത്തിന്റെ വാക്കുകൾ നോക്കുക:-

ലോകത്തിനുമുന്നിൽ ഞാൻ ഏതുതരക്കാ രനാണെന്ന് എനിക്കറിഞ്ഞുകൂട. പക്ഷേ, എന്നെ സംബ ന്ധിച്ചിടത്തോളം ഈ കടൽക്കരയിൽ കളിച്ചുകൊണ്ടിരി ക്കുന്ന കൊച്ചുകുട്ടിയെപ്പോലെയാണുഞാൻ. സാധാരണ യിൽനിന്ന് അല്പം വ്യത്യസ്തമായ മിനുമിനുത്ത കല്ലു കളും ചന്തമുള്ള കക്കയും കാണുമ്പോൾ എന്റെ ശ്രദ്ധ കടിഞ്ഞാൺ വിട്ടുപോകുന്നു. പക്ഷേ, സത്യത്തിന്റ മഹാ സാഗരം മുന്നിൽ പിടിതരാതെ കിടക്കുന്നു. "നാം ഒട്ടേറെ മതിലുകൾ പണിതു. പക്ഷേ, വേണ്ടത്ര പാലങ്ങൾ നിർമി ച്ചില്ല" എന്നഭിപ്രായപ്പെട്ട വിനയസമ്പന്നനാണ് ന്യൂട്ടൻ. "ശാസ്ത്രചരിത്രത്തിൽ ഏറ്റവും കൂടുതൽ സ്വാധീനം ചെലുത്തിയ ശാസ്ത്രജ്ഞൻ ആര്" എന്ന റോയൽ സൊസൈറ്റിയുടെ അഭിപ്രായ സർവെയിൽ (2005 ൽ) ആൽബർട്ട് ഐൻസ്റ്റീനെക്കാൾ വോട്ട് ഐസക് ന്യൂട്ടനു ലഭിച്ചു എന്നതാണ് വസ്തുത.

9

സ്ത്രീയുടെ കളിപ്പാവയായ ശാസ്ത്രജ്ഞൻ

രാവിലെ കിടക്കയിൽ മൂടിപ്പുതച്ച് എഴുന്നേൽക്കാതെ കിടക്കുന്ന വരെ കണ്ടിട്ടില്ലേ. ഒരുപക്ഷേ, നിങ്ങളിൽ പലരും അത്തരക്കാരായിരി ക്കും. അതിനുമുണ്ടല്ലോ ഒരു സുഖം. ഇതൊരു ചീത്തസ്വഭാവമാണെന്നുപ റഞ്ഞ് കുട്ടികളെ ശകാരിക്കുന്നതെ ങ്കിലും കേട്ടുകാണും. പക്ഷേ, ഇങ്ങ നെ കിടക്കയിൽ ചൂടുപിടിച്ച് കിടക്കു ന്നവർ ഒട്ടും വിഷമിക്കണ്ട. ആധു നിക ഗണിതത്തിന്റെ പിതാവെന്ന് അറിയപ്പെടുന്ന ദെക്കാർതെ (1596 –1650) ഈ സ്വഭാവക്കാരനായിരുന്നു.

ദെക്കാർതെ

ഇരുപതാം നൂറ്റാണ്ടിലെ ബുദ്ധി രാക്ഷസരിൽ മുൻപന്തിയിലുള്ള എ എൻ വൈറ്റ്ഹെഡിനെക്കുറിച്ച് കേട്ടിരിക്കുമല്ലോ. ഗണിതശാസ്ത്ര ത്തിലെ ഒറ്റയാൻ എന്നുവിളിക്കാ വുന്ന ദെക്കാർതെയെക്കുറിച്ച് അദ്ദേ ഹം പറയുന്നത് നോക്കൂ:-

പടിഞ്ഞാറൻ വൻകര കണ്ടപ്പോൾ കൊളംബസ് അമ്പര ന്നത്, ശാന്തസമുദ്രത്തെ നോക്കി പിസാറോ തുറിച്ചുനി ന്നത്, പട്ടത്തിന്റെ ചരടിൽ വൈദ്യുതിയുടെ സ്പാർക്ക് കണ്ട് ഫ്രാങ്ക്ലിൻ ഞെട്ടിയത്, ദൂരദർശി ആകാശത്തേക്ക് പിടിച്ച

പ്പോൾ ഗലീലിയോ പുതിയ കാഴ്ചകൾകണ്ട് അത്ഭുതപ്പെ
ട്ടത്...ശാസ്ത്ര ചരിത്രത്തിൽ ഇത്തരം സന്ദർഭങ്ങൾ ഒട്ടേറെ
ഉണ്ടായിട്ടുണ്ട്. അന്നവർ അത്ഭുതപ്പെട്ടുവെങ്കിൽ അത്
തികച്ചും സ്വാഭാവികം മാത്രമായിരുന്നു. ചിന്തയുടെ
അമൂർത്ത മണ്ഡലങ്ങളിലും ഇത്തരം ഇളക്കങ്ങൾ ഉണ്ടാ
യിട്ടുണ്ട്. ഉറക്കം തെളിഞ്ഞിട്ടും കിടക്കയിൽനിന്നും എഴു
ന്നേൽക്കാതെ മൂടിപ്പുതച്ചുകിടക്കുമ്പോൾ റെനെ
ദെക്കാർതെ കണ്ടുപിടിച്ച നിർദേശാങ്ക ജ്യാമിതിയാണ് അവ
യിൽ ഏറ്റവും പ്രധാനം.

പ്രത്യേക പ്രകൃതക്കാരൻ

ഒട്ടേറെ പ്രത്യേക സ്വഭാവമുള്ള ഒരു മനുഷ്യനായിരുന്നു
ദെക്കാർതെ. സാമാന്യത്തിലധികം വലിയതല. അതിൽ ധാരാളം ഇട
തൂർന്നമുടി. നീണ്ടമൂക്ക്. പക്ഷേ, ചെറിയ നെറ്റി. ഒരു ഹ്രസ്വകായകൻ.
ഇതായിരുന്നു അദ്ദേഹത്തിന്റെ ദേഹപ്രകൃതി. ആകാരത്തെപ്പോലെയാ
യിരുന്നു സ്വഭാവവും. അതിനുമുണ്ടായിരുന്നു ഒട്ടേറെ പ്രത്യേകതകൾ.
ആരുമായും അത്ര വേഗത്തിൽ ഇടപഴകുകയില്ല. സംസാരിക്കുന്നതു
തന്നെ വളരെ ലുബ്ധിച്ചായിരുന്നു. ഇതുകൊണ്ടായിരിക്കാം അദ്ദേഹം
സ്വാർഥനും സാമൂഹ്യവിരുദ്ധനുമായി മുദ്രയടിക്കപ്പെട്ടത്. ദെക്കാർതെ
അവിവാഹിതനായിരുന്നു. അവിവാഹിതനാണെങ്കിലും അദ്ദേഹത്തിന്
ഒരു കാമുകി ഉണ്ടായിരുന്നുവെന്നും അതിൽ ഒരു പെൺകുട്ടി ജനിച്ചു
വെന്നും പറയുന്നുണ്ട്. ആ കുട്ടി മരിക്കുകയും ചെയ്തു. അത്യധികം
പ്രത്യേകതകൾ നിറഞ്ഞതായിരുന്നു ദെക്കാർതെയുടെ ജീവിതം എന്നത്
ഇതുകൊണ്ടു തന്നെ വ്യക്തമാണല്ലോ.

വീണ്ടും ജനിച്ചവർ

ജനിച്ച് അധികനാൾ കഴിഞ്ഞില്ല, അമ്മ ക്ഷയം പിടിപെട്ട് അന്ത
രിച്ചു. അമ്മയിൽനിന്ന് ക്ഷയത്തിന്റെ ബീജങ്ങൾ ദെക്കാർതെയ്ക്കു ലഭി
ച്ചിരുന്നു. കുട്ടിക്കാലത്തെ അനാരോഗ്യത്തിന് ഇതൊരു പ്രധാന കാര
ണമായതിനാൽ അതിശയിക്കാനില്ലല്ലോ. പല ഘട്ടങ്ങളിലും ഡോക്ടർമാർ
അദ്ദേഹത്തെ കുട്ടിക്കാലത്ത് കൈയെയൊഴിഞ്ഞതാണ്. ഒരു നഴ്സിന്റെ പരി
ചരണമായിരുന്നു കുട്ടിയായ ദെക്കാർതെയെ രക്ഷപ്പെടുത്തിയത്.
അങ്ങനെ പുനർജന്മം കിട്ടിയമാതിരിയായിരുന്നു ആ കഥ. അതുകൊ
ണ്ടാണ് 'വീണ്ടും ജനിച്ച' എന്നർഥം വരുന്ന റെനെ (Rene) എന്ന പേര്
ദെർക്കാതെ എന്നതിനോടു കൂടിച്ചേർന്നതും.

വിവാഹ ദല്ലാൾ

ആധുനിക ഗണിതത്തിന്റെ പിതാവ് എന്നറിയപ്പെടുന്ന ദെക്കാർതെ,
തത്ത്വശാസ്ത്രം, ഭൗതികം, രസതന്ത്രം, പ്രപഞ്ചവിജ്ഞാനം, ശരീരശാ

സ്ത്രം, മനശ്ശാസ്ത്രം എന്നീ മണ്ഡലങ്ങളിലും തനതായ വ്യക്തിമുദ്ര പതിപ്പിച്ച ശാസ്ത്രജ്ഞനായിരുന്നു. നിർദ്ദേശാങ്കജ്യാമിതി അഥവാ അനാ ലിറ്റക് ജ്യാമെട്രിയുടെ കണ്ടുപിടിത്തമാണ് ദെക്കാർതെയ്ക്ക് 'ആധു നിക ഗണിതത്തിന്റെ പിതാവ്' എന്ന പേര് നേടിക്കൊടുത്ത്.

എന്താണീ നിർദേശാങ്ക ജ്യാമിതി? ആൾജിബ്ര (ബീജഗണി തം)യെയും ജ്യാമെട്രിയെയും തമ്മിൽ ദെക്കാർതെ വിവാഹം കഴിച്ച പ്പോൾ അനാലിറ്റിക്കൽ ജ്യാമെട്രി അഥവാ നിർദേശാങ്ക ജ്യാമിതി ഉദയം ചെയ്തുവെന്നു ലളിതമായി പറയാം. ദെക്കാർതെയ്ക്കു ശേഷം വളരെ യധികം സമ്പന്നമായി ഈ ഗണിതശാഖ. ആൾജിബ്രയും ജ്യാമെട്രിയും തമ്മിലുള്ള വിവാഹത്തിന്റെ ദല്ലാൾ ആയിരുന്നു ദെക്കാർതെ എന്നു വേണമെങ്കിൽ പറയാം.

പ്രായംചെന്ന കുട്ടി

ക്ലാസിലെ ഏറ്റവും പ്രായംചെന്ന വിദ്യാർഥിയായിരുന്നു അദ്ദേഹം. അനാരോഗ്യം കാരണം എട്ടു വയസ്സിൽ മാത്രമാണ് ദെർക്കാതെ സ്കൂളിൽ ചേർന്നത്. മൂന്നു വയസ്സിൽ തന്നെ 'നഴ്സറി' എന്നും പറഞ്ഞ് പഠനം ആരംഭിക്കുന്ന നമുക്ക് ഇതൊരു അത്ഭുതമായി തോന്നിയേക്കാം. ശാരീരികമായി ക്ഷീണിതനായിരുന്നുവെങ്കിലും ബുദ്ധിപരമായി വളരെ ഉണർവുള്ളവനായിരുന്നു ബാലനായ ദെക്കാർതെ. അദ്ദേഹത്തിന്റെ അധ്യാപകർ ഇക്കാര്യം ശ്രദ്ധിക്കുകയും ചെയ്തു. ജെസ്യൂട്ടുകളുടെ വിദ്യാലയമായിരുന്നു അത്. അനാരോഗ്യം കാരണം രാവിലെ വളരെ വൈകി ഉറക്കമുണരുവാൻ ദെക്കാർതെയ്ക്ക് പ്രത്യേക അനുമതി ലഭി ച്ചിരുന്നു. ഈ സ്വഭാവം പിൽക്കാലത്തും അദ്ദേഹം തുടർന്നുപോന്നു. ഇത്തരം ആനുകൂല്യങ്ങൾ കിട്ടിയതുകൊണ്ടായിരിക്കാം ജീവിതകാലം മുഴുവൻ അദ്ദേഹത്തിന് ജെസ്യൂട്ടുകളോട് വലിയ ബഹുമാനമായിരുന്നു.

മറ്റൊരു പ്രത്യേകത

ഇപ്പറഞ്ഞ കാര്യങ്ങളിൽനിന്ന് ദെക്കാർതെയെക്കുറിച്ച് നമുക്കൊരു ധാരണ കിട്ടും-ഒരു തണുപ്പൻ പ്രകൃതക്കാരൻ. പ്രശാന്തതയും വിശ്ര മവും മാത്രമാണ് താൻ ആഗ്രഹിക്കുന്നത് എന്നു പറഞ്ഞ അദ്ദേഹം വളരെ ചെറുപ്പത്തിൽ തന്നെ പട്ടാളത്തിൽ ചേർന്നു. ആർക്കും പ്രതീക്ഷിക്കു വാൻ കഴിയാത്ത ഒന്നായിരുന്നു ഈ നടപടി. പക്ഷേ, ഇരുപത്തഞ്ചാ മത്തെ വയസ്സിൽ പട്ടാള ജീവിതത്തോട് വിടപറഞ്ഞു. അദ്ദേഹം പലയി ടങ്ങളിലായി ഒട്ടേറെ സഞ്ചരിച്ചു. തിരക്കേറിയ പട്ടണങ്ങളിൽ ആരോരു മായും അടുക്കാതെയാണ് കഴിച്ചുകൂട്ടിയത്.

പല സ്ഥലങ്ങളിലും ചുറ്റിക്കറങ്ങി മുപ്പത്തിരണ്ടാമത്തെ വയസ്സിൽ അദ്ദേഹം ഹോളണ്ടിൽ എത്തി. നീണ്ട ഇരുപതു വർഷം അവിടെ കഴിച്ചുകൂട്ടി. ദെക്കാർതെയുടെ ജീവിതത്തിലെ ഏറ്റവും തെളിഞ്ഞുനിന്ന കാലവും ഇതുതന്നെ. തത്വശാസ്ത്രവും ഗണിതശാസ്ത്രവും ആയിരുന്നു

മുഖ്യപഠനമണ്ഡലങ്ങൾ. എന്നിരുന്നാലും മറ്റു ശാസ്ത്രരംഗങ്ങളിലും അദ്ദേഹം അതീവ താൽപ്പര്യം പുലർത്തി. കോപ്പർ നിക്സിന്റെ സിദ്ധാന്ത ങ്ങൾ ശരിവച്ചുകൊണ്ടുള്ള ഒരു ഗ്രന്ഥമാണ് അദ്ദേഹത്തിന്റെ ആദ്യകൃതി. ഇതേ ആശയങ്ങൾ പ്രകടിപ്പിച്ചതിന് ഇറ്റലിക്കാരനായ ഗലീലിയോ കടുത്ത യാതനകൾ അനുഭവിക്കേണ്ടിവന്ന കാലമായിരുന്നു അന്ന് എന്നും ഓർക്കുമല്ലോ. ഗലീലിയോയുടെ ഗതി വരാതെ സൂക്ഷിച്ചു കൊള്ളാൻ സുഹൃത്തുക്കൾ ദെക്കാർത്തെയെ ഉപദേശിച്ചിരുന്നു. പക്ഷേ, ഗലീലിയോയെപ്പോലെ ഒരു വിപ്ലവകാരിയായിരുന്നില്ല അദ്ദേഹം. എന്നി രുന്നാലും ദെക്കാർത്തെയുടെ തത്വശാസ്ത്രഗ്രന്ഥങ്ങൾ മതത്തിന്റെ കാവൽഭടന്മാരെ കലശലായി ചൊടിപ്പിച്ചിരുന്നു. അവർ അദ്ദേഹത്തിനെ തിരെ ശബ്ദമുയർത്തി, എങ്കിലും ഗലീലിയോയോളം വിഷമിക്കേണ്ടിവ ന്നില്ല.

ഈച്ചയുടെ പറക്കൽ

സുദീർഘങ്ങളായ അനുബന്ധങ്ങളോടെ 1637-ൽ പ്രസിദ്ധീകരിച്ച ഗ്രന്ഥമാണ് 'ശാസ്ത്രങ്ങളിലെ സത്യാന്വേഷണം ശരിയായ വിധത്തിൽ നിർവഹിക്കുവാനുള്ള മാർഗ്ഗങ്ങളെക്കുറിച്ച് ഒരു ചർച്ച.' മറ്റ് ഒട്ടേറെ ഗ്രന്ഥ ങ്ങളും ദെക്കാർത്തെ രചിച്ചിട്ടുണ്ട്. മരണാനന്തരം മാത്രം തന്റെ പുസ്ത കങ്ങൾ പ്രസിദ്ധീകരിച്ചാൽ മതിയെന്ന വാശിക്കാരനായിരുന്നു അദ്ദേഹം. എങ്കിലും സംഭവിച്ചത് മറിച്ചായിരുന്നു.

$a \times a = a^2$ എന്ന അങ്കന രീതിയുടെ കർത്താവാണദ്ദേഹം. അതുവരെ ഇത് a a എന്നായിരുന്നു എഴുതിയിരുന്നത്. ആധുനിക ഗണിതത്തിന്റെ ഉദയമായി കണക്കാക്കപ്പെടുന്ന നിർദേശാങ്കജ്യാമിതി ദെർക്കാതെ കണ്ടു പിടിച്ചതിനെക്കുറിച്ചും ഒരു കഥയുണ്ട്. രാവിലെ കിടക്കയിൽ ഉണർന്നാലും മൂടിപ്പുതച്ചു കിടക്കുന്ന സ്വഭാവക്കാരനായിരുന്നു അദ്ദേഹം എന്നു പറഞ്ഞുവല്ലോ. ഒരു ദിവസം അങ്ങനെ കിടക്കുമ്പോൾ മുറിയുടെ തട്ടിൽ ഒരു ഈച്ച ചാടിച്ചാടി സഞ്ചരിക്കുന്നതു കണ്ടു. ഈച്ചയുടെ സഞ്ചാ രപഥത്തിന് ഗണിതഭാഷയിൽ ഒരു വ്യാഖ്യാനം നൽകുവാൻ ദെക്കാർത്തെ ശ്രമിച്ചുവത്രേ. ആ ശ്രമത്തിന്റെ ഫലമായാണ് നിർദേശാങ്ക ജ്യാമിതി കണ്ടുപിടിച്ചതെന്ന് പറയപ്പെടുന്നു. നോക്കണേ പൂരം. അതിനു മുമ്പും ഈച്ചകൾ പറന്നിട്ടുണ്ട്. അതാണ് ചിന്തകനായ വെറ്റ്ഹെഡ് പറഞ്ഞത് പല കണ്ടുപിടിത്തങ്ങൾക്കു പിന്നിലും ഇത്തരം നിസ്സാരമെന്നു തോന്നുന്ന ചില സംഭവങ്ങൾ പ്രവർത്തിച്ചിരിക്കും എന്ന്. നിർദേശാങ്ക ജ്യാമിതിയുടെ പ്രത്യേകത എന്താണ്? അഥവാ എന്താണീ ഗണിതശാഖയുടെ മഹത്വം? ഗൗരവകരമായ ആവശ്യത്തിന് ഗ്രാഫ് ഉപയോഗിച്ച ആദ്യത്തെ ആളാണ് ദെക്കാർത്തെ. ചിത്രങ്ങൾ ഉപയോഗിച്ച് ആൾക്കാരെ വശീകരിക്കണമെന്ന മോഹമൊന്നും അദ്ദേഹത്തിനില്ലായിരുന്നു. കാരണം അദ്ദേഹം ഒരു പത്ര പ്രവർത്തകനല്ലല്ലോ. ഗ്രാഫു വരച്ച് സ്ഥിതിവിവരക്കണക്കുകൾ തയ്യാ റാക്കേണ്ട ആവശ്യവും ഇല്ലായിരുന്നു. പിന്നെയോ? ബീജഗണിതത്തിലെ

അമൂർത്തമായ ആശയങ്ങൾ കൂടുതൽ വ്യക്തമാക്കുക എന്നതായിരുന്നു പ്രധാനമായ ആവശ്യം. അതുപോലെ തന്നെ ജ്യാമിതിയുടെ പൊതുസ്വഭാവം വർധിപ്പിക്കുകയും.

"ഞാൻ ചിന്തിക്കുന്നു. അതുകൊണ്ട് ഞാൻ എന്നൊന്നുണ്ട്." എന്നു പറഞ്ഞ തത്വചിന്തകനായിരുന്നു ദെക്കാർത്തെ. ആരോടും അധികം അടുത്തിടപഴകുവാൻ കൂട്ടാക്കാത്ത പ്രകൃതക്കാരനായിരുന്നു അദ്ദേഹം എന്നുപറഞ്ഞല്ലോ? ഹോളണ്ടിലെ ഒരു ഗ്രാമപ്രദേശത്ത് ഗവേഷണത്തിലും ഗ്രന്ഥനിർമാണത്തിലും വ്യാപൃതനായി കഴിഞ്ഞിരുന്ന അദ്ദേഹത്തെ ക്രിസ്റ്റീന ചക്രവർത്തിനിയുടെ ആവശ്യപ്രകാരം ഒട്ടേറെ നിർബന്ധങ്ങൾ വഴി സ്വീഡനിലേക്ക് കൊണ്ടുപോയി.

പത്തൊമ്പതുകാരിയുടെ മോഹം

അറിയപ്പെടുന്ന ചിന്തകരിൽവച്ച് ഏറ്റവും പ്രഗത്ഭൻ തന്നെ തത്ത്വചിന്തയും ഗണിതവും പഠിപ്പിക്കണമെന്ന വാശിക്കാരിയായിരുന്നു ചക്രവർത്തിനി. പത്തൊമ്പതു വയസ്സുമാത്രം പ്രായമായ അവർ തന്റേടിയും തന്നിഷ്ടക്കാരിയും ആയിരുന്നു. ദെക്കാർത്തെയ്ക്കു വേണ്ട എല്ലാ സുഖ സൗകര്യങ്ങളും അവർ ചെയ്തുകൊടുത്തു. പക്ഷേ, ഫലത്തിൽ ഒരു തടവുകാരനെപ്പോലെയായിരുന്നു അദ്ദേഹം. ചെറുപ്പക്കാരിയായ ക്രിസ്റ്റീന അതിരാവിലെ തന്നെ ജനലുകളും വാതിലുകളും തുറന്നിട്ട് പഠനമുറിയിലെത്തും. ദെക്കാർത്തെയാണല്ലോ ഗുരുനാഥൻ. സ്വാഭാവികമായി അദ്ദേഹവും അന്നേരം ഉണർന്നിരിക്കണമല്ലോ. വർഷങ്ങളായി തീരെ പതിവില്ലാത്തതായിരുന്നു അതിരാവിലെ എഴുന്നേൽക്കുക എന്നത്. എഴുന്നേറ്റിരുന്നാൽ മാത്രം പോരല്ലോ. ക്രിസ്റ്റീനയെ പഠിപ്പിക്കുകയും വേണം. നൂറുകൂട്ടം അർഥമുള്ളതും ഇല്ലാത്തതുമായ ചോദ്യങ്ങൾക്ക് ദെക്കാർത്തെ ഉത്തരം പറയേണ്ടതുണ്ട്. ഒന്നും ചെയ്യാനാകാത്ത ആ വലിയ 'ചെറിയ' മനുഷ്യൻ എല്ലാം സഹിച്ചു. തീരെ പരിചയമില്ലാത്ത ദിനചര്യ അദ്ദേഹത്തിന്റെ ആരോഗ്യത്തെ വല്ലാതെ ബാധിച്ചുകൊണ്ടിരുന്നു. അതിനും പുറമെ രാവിലെയുള്ള കഠിനമായ തണുപ്പും. പല തരത്തി

ദെക്കാർത്തെ കാർട്ടൂണിസ്റ്റിന്റെ ദൃഷ്ടിയിൽ

ലുള്ള അസുഖങ്ങൾ അദ്ദേഹത്തിനുണ്ടായി. അതെ തുടർന്ന് ന്യൂമോ ണിയയും.

അധികം കഴിഞ്ഞില്ല. 1650 ഫെബ്രുവരി 11-ാം തീയതി അമ്പത്തി നാലാമത്തെ വയസ്സിൽ ദെക്കാർത്തെ അന്തരിച്ചു. ഉറ്റവരും ഉടയവരുമായി അദ്ദേഹത്തിന് ആരും ഇല്ലായിരുന്നു. യുവതിയും തന്റേടക്കാരിയും ആയ ചക്രവർത്തിനി മാത്രമായിരുന്നു മരണസമയത്തുണ്ടായിരുന്ന തുണ. ഉയർന്ന നിലയിലുള്ള ചികിത്സയും പരിചരണവും ദെക്കാർതെയ്ക്ക് അവർ ലഭ്യമാക്കിയെങ്കിലും അതൊന്നും ഫലമുണ്ടാക്കിയില്ല.

രാജകീയ ആഡംബരങ്ങളോടെ മരണാനന്തര ചടങ്ങുകൾ നടന്നു. അദ്ദേഹത്തിന്റെ ആഗ്രഹപ്രകാരം ശവകുടീരത്തിൽ 'ഫോളിയം' എന്ന വക്രം വരച്ചു വച്ചു. 'ഫോളിയം' ദെക്കാർത്തെ കണ്ടുപിടിച്ച വക്രമായി രുന്നു.

ദെക്കാർതെയുടെ മരണത്തെക്കുറിച്ച് ക്രിസ്റ്റിന ഒരു സുഹൃത്തിന് ഇപ്രകാരം എഴുതി:

> മഹാനായ തത്വചിന്തകൻ ഇതാ മരിച്ചിരിക്കുന്നു. അന്ധ വിശ്വാസിയായിരുന്നെങ്കിൽ ഒരു കൊച്ചു കുട്ടിയെപ്പോലെ ഞാൻ വാവിട്ടു കരഞ്ഞെനെ. മിന്നിത്തിളങ്ങിയിരുന്ന ഒരു നക്ഷത്രത്തെ അതിന്റെ സഞ്ചാരപഥത്തിൽ നിന്ന് പിടിച്ചു വലിച്ചുകൊണ്ടുവന്നതിൽ ഞാൻ ദുഃഖിക്കുന്നു. അദ്ദേഹ ത്തിന്റെ മരണം എന്നെ വല്ലാതെ തളർത്തി. ന്യായീകരി ക്കാവുന്ന, എന്നാൽ ഫലമില്ലാതായിപ്പോയ ഒരു പ്രവൃത്തി യായി അത്.

ലോകം കണ്ടിട്ടുള്ള ഏറ്റവും മഹാന്മാരായ തത്വചിന്തകരിൽ ഒരാ ളായ ദെക്കാർത്തെ കുട്ടിക്കളി മാറാത്ത, തന്റേടിയായ, നിർബന്ധക്കാരി യായ ഒരു പത്തൊൻപതുകാരിയുടെ ആഗ്രഹങ്ങൾക്കിരയായി മരിച്ചു വെന്ന് ചരിത്രം രേഖപ്പെടുത്തും.

പതിനേഴാം നൂറ്റാണ്ടിലെ, യുക്തിചിന്തയിലധിഷ്ഠിതമായ വിജ്ഞാ നവിസ്ഫോടനത്തിന്റെ പ്രമുഖ പ്രയോക്താവാണ് റെനെ ദെക്കാർത്തെ. ന്യൂട്ടന്റെയും ലൈബ്നിസിന്റെയും കലന(കാൽക്കുലസ്)സിദ്ധാന്തത്തിന് അടിത്തറപാകിയത് ദെക്കാർതെയുടെ ചിന്തകളാണ്. 'ആധുനിക ഗണിത' ചിന്തയുടെയും 'ആധുനിക തത്വശാസ്ത്ര'ത്തിന്റെയും 'പിതാവ്' എന്ന പേരിലും ദെക്കാർത്തെ വിശേഷിപ്പിക്കപ്പെടുന്നു.

10

ശാസ്ത്രജ്ഞനായ രഹസ്യപ്പോലീസ്

ചരിത്രപ്രസിദ്ധമായ ഒരു കുളിയെക്കുറിച്ച് ശാസ്ത്രചരിത്രത്തിൽ കേട്ടിട്ടുണ്ടോ? ജനക്കൂട്ടം നോക്കിനിൽക്കെ പ്രായപൂർത്തിയായ ഒരാൾ പൂർണനഗ്നനായി പൊതുനിരത്തിലൂടെ ഓടിപ്പോയാലോ? അങ്ങനെ യൊക്കെ ഒട്ടേറെ കാര്യങ്ങൾ നടന്നു കഴിഞ്ഞതിന്റെ പരിണതഫലമാ യാണ് ഇന്നു നാം കാണുന്ന ഈ പുരോഗതിയൊക്കെ കൈവരിച്ചിരി ക്കുന്നത്. അത്തരമൊരു കഥയാണ് ഇവിടെ പറയുവാൻ പോകുന്നത്. വധശിക്ഷയ്ക്കുവിധിച്ച് തൂക്കുമരത്തിന്റെ കയറിൽ തലമുടിക്കെട്ടി മരിക്കുവാൻ നിന്നുകൊടുത്ത നിമിഷത്തിലും രാജ്യസ്നേഹത്താൽ മുദ്രാ വാക്യം മുഴക്കിയ സംഭവം നിങ്ങൾക്കറിയുന്ന കാര്യമാണല്ലോ.

നിങ്ങളും ഞാനും 'ശരി'യെന്ന് പൂർണമായി വിശ്വസിക്കുന്ന ഒരു സത്യം വർഷങ്ങൾക്കു മുമ്പ് ഉറക്കെ വിളിച്ചു പറഞ്ഞതിന് പച്ചയോടെ ചുട്ടെരിക്കപ്പെട്ട ബ്രൂണോ (1548-1600) എന്ന മഹാനായ ഇറ്റാലിയൻ ശാസ്ത്രജ്ഞന്റെ ദുരന്തപൂർണമായ അന്ത്യം ഒരുപക്ഷേ നിങ്ങൾ വായിച്ചു കാണും. അങ്ങനെ ഒട്ടേറെ സംഭവങ്ങൾ ചരിത്രത്തിന്റെ ഏടു കളിൽ കിടപ്പുണ്ട്.

അക്കൂട്ടത്തിൽ ഒന്നാണ് രണ്ടായിരം വർഷങ്ങൾക്കു മുമ്പ് ജീവിച്ചി രുന്ന ആർക്കിമിഡിസിന്റെ കഥയും.

ഉടുതുണിയില്ലാതെ ആ ധിഷണാശാലി ഓടിയ കാര്യം കേട്ടു ചിരി വരുന്നുണ്ടാകും. അദ്ദേഹം മരിച്ചതെങ്ങനെയെന്ന് അറിയാമോ? അതറി യുമ്പോൾ ചിരി മാറും, കരയും.

പുരാതനമായ സിസിലിയയിലെ പ്രധാനപ്പെട്ട ഒരു പട്ടണമായിരുന്നു സിറാക്യൂസ്. അവിടെയാണ് ക്രിസ്തുവിനു 287 വർഷം മുമ്പ് അർക്കിമി ഡിസ് ജനിച്ചത്. ആർക്കിമിഡിസ് ജനിക്കുന്നതിന് ഏതാണ്ട് അഞ്ഞൂറ്

വർഷം മുമ്പു തന്നെ ഗ്രീക്കുകാർ സിറാക്യൂസിൽ താമസമാക്കിയിരുന്നു എന്നതു ഓർമ്മിക്കേണ്ടതുണ്ട്. അക്കാലത്ത് ഭാഗ്യം ലഭിച്ച ചെറുപ്പക്കാർ ഈജിപ്തിലെ അലക്സാൺട്രിയിൽ പോയാണ് വിദ്യാഭ്യാസം നടത്തിയിരുന്നത്. ആർക്കിമിഡിസിനും ഇതിനുള്ള ഭാഗ്യം ലഭിച്ചു. ഗണിതം, ഭൗതികം എന്നീ വിഷയങ്ങളിൽ അലക്സാൺട്രിയായിലെ ശിക്ഷണം അക്കാലത്ത് മികച്ചതായിരുന്നു.

രാജാവിന്റെ പ്രിയപ്പെട്ടവൻ

അലക്സാൺട്രിയായിലെ പഠനാനന്തരം സിറാക്യൂസിൽ തിരിച്ചെത്തിയ ആർക്കിമിഡിസ് സൈദ്ധാന്തിക കാര്യങ്ങളെ പ്രയോഗത്തിൽ കൊണ്ടുവരുന്നതിന്റെ മിടുക്കു കാട്ടി. ഇതുമൂലം സിറാക്യൂസിലെ രാജാവിന് അദ്ദേഹത്തോട് പ്രത്യേക മമതയും തോന്നി.

സിറാക്യൂസിലെ രാജാവായ ഹീറോ (Hiro) രണ്ടാമന് പലതരം പ്രത്യേക സ്വഭാവങ്ങളും ഉണ്ടായിരുന്നു. ഓരോ യുദ്ധത്തിലും വിജയം കൈവരിച്ചാൽ അദ്ദേഹം ദൈവത്തെ പ്രീണിപ്പിക്കുന്നതിനായി എന്തെങ്കിലും ചെയ്തിരുന്നു- ഒരു പുതിയ ആരാധനാലയം പണിയുക; ആരാധനാലയങ്ങൾ പുനരുദ്ധരീകരിക്കുക എന്നിങ്ങനെ. ഒരു തവണ ഇത്തരമൊരു വിജയത്തിന്റെ സന്തോഷം എന്ന നിലയ്ക്ക് ഒരു ആരാധനാലയത്തിലെ വിഗ്രഹത്തിന് സ്വർണം കൊണ്ടുള്ള കിരീടം തീർക്കുവാൻ തീരുമാനിച്ചു. അതിനുള്ള ഏർപ്പാടുകളും ചെയ്തു. കിരീടത്തിനാവശ്യമായ സ്വർണം തൂക്കി പണിക്കാരന് കൊടുത്തിരുന്നു. കൃത്യസമയത്തു തന്നെ അയാൾ കിരീടം പണിതീർത്ത് രാജസന്നിധിയിൽ എത്തിച്ചു.

പക്ഷേ, രാജാവിന് ചില സംശയങ്ങൾ ഉണ്ടായി. നാട്ടിൽ നിന്ന് പലർവഴി രാജാവിന്റെ ചെവിയിൽ എത്തിയതാകാം ഇക്കാര്യം. എന്തായിരുന്നു ആ സംശയം എന്നല്ലേ? കിരീടം ഉണ്ടാക്കുവാൻ കൊടുത്ത സ്വർണം മുഴുവൻ കിരീടം പണിയുന്നതിന് ഉപയോഗിച്ചിട്ടില്ലെന്ന്. പക്ഷേ, എങ്ങനെ അതു കണ്ടുപിടിക്കും? രാജാവ് വല്ലാത്ത പ്രയാസത്തിലായി. തൂക്കത്തിൽ വ്യത്യാസമേയില്ല. കണ്ടാൽ കിരീടം തനി സ്വർണം എന്നു തന്നെ തോന്നും. അൽപ്പം സ്വർണം മാറ്റി പകരം വെള്ളി ചേർത്താണ് കിരീടം തീർത്തിരിക്കുന്നതെന്നാണ് പൊതുസംസാരം. കിരീടത്തിന്റെ ഭംഗി കാരണം അതിനെ ഒന്നും ചെയ്യുവാൻ രാജാവിനു മനസ്സും വരുന്നില്ല. അവസാനം രാജാവ് ആർക്കിമിഡിസിനെ വിളിച്ചുവരുത്തി തന്നെ അലട്ടുന്ന പ്രശ്നം അവതരിപ്പിച്ചു. ഇതിന്റെ സത്യാവസ്ഥ കണ്ടുപിടിക്കുവാൻ ആർക്കിമിഡിസിനെ നിയോഗിച്ചു.

പ്രസിദ്ധമായ കുളി

പെട്ടെന്ന് ആർക്കിമിഡിസിന് ഒന്നും പറയുവാൻ പറ്റിയില്ല. പക്ഷേ, ഈ പ്രശ്നം തലയിൽ ചുമന്നു കൊണ്ട് അദ്ദേഹം നടന്നു. ഊണിലും ഉറക്കത്തിലും തലപുകച്ചുകൊണ്ടിരുന്ന കാര്യം മറ്റൊന്നായിരുന്നില്ല. ഒരു

ദിവസം, പൊതു കുളത്തിൽ കുളിക്കുവാനായി ആർക്കിമിഡിസ് ചെന്നു. പലരും കടവുകളിൽ കുളിക്കുന്നുണ്ടായിരുന്നു. സ്വർണക്കിരീട പ്രശ്നവും ഓർത്ത് അദ്ദേഹവും കുളിക്കുവാനിറങ്ങി. വെള്ളത്തിൽ താഴ്ന്നപ്പോൾ ചുറ്റുമുള്ള വെള്ളം പൊങ്ങുന്നതായി (ഉയരുന്നതായി) അദ്ദേഹം കണ്ടു. നിറഞ്ഞു തുളുമ്പി നിൽക്കുന്ന ഒരു പാത്രത്തിൽ ഒരു വസ്തു വീണാൽ പുറത്തേക്കു ഒഴുകിപ്പോകുന്ന വെള്ളം ഈ വസ്തു വിന്റെ വ്യാപ്തത്തിനു തുല്യമായിരിക്കും എന്ന് അദ്ദേഹത്തിനു പെട്ടെന്നു തോന്നി.

ആർക്കിമിഡിസ്

അതോടെ 'ഞാൻ കണ്ടുപിടിച്ചി രിക്കുന്നു', 'ഞാൻ കണ്ടുപിടിച്ചിരി ക്കുന്നു' (യുറേക്കാ) എന്ന് ഉറക്കെ വിളിച്ചുപറഞ്ഞുകൊണ്ട് പൊതു കുളി സ്ഥലത്തുനിന്ന് ഒട്ടേറെ ആൾക്കാർ കണ്ടുനിൽക്കെ നഗ്നനായി ആർക്കിമി ഡിസ് തെരുവിലൂടെ ഓടിയ കാര്യം നമുക്കെല്ലാം അറിയാം. ഒരു കുറ്റാന്വേ ഷണ കഥയുടെയും ഒരു ശാസ്ത്ര സത്യത്തിന്റെയും ചുരുൾ അതോടെ അഴിഞ്ഞു തുടങ്ങി എന്നതാണ് ഇ വിടെ ശ്രദ്ധിക്കപ്പെടേണ്ട വസ്തുത.

മറ്റു ലോഹങ്ങളേക്കാൾ സാ ന്ദ്രത കൂടിയതാണ് സ്വർണം എന്ന് അദ്ദേഹത്തിനറിയാമായിരുന്നു. ഒരേ ആകൃതിയിൽ ഉള്ള രണ്ടു സാധന ങ്ങൾ ഉണ്ടെന്നു കരുതുക. ഒന്നു സ്വർണം കൊണ്ടും രണ്ടാമത്തേത് വെള്ളികൊണ്ടും ഉണ്ടാക്കിയവയാണ്. ഇതിൽ സ്വർണം കൊണ്ടുണ്ടാ ക്കിയതിനാണ് ഭാരം കൂടുതൽ ഉണ്ടാവുക. പക്ഷേ, കിരീടം പോലുള്ള ഒരു വസ്തുവിന്റെ വ്യാപ്തം എങ്ങനെ അളക്കും എന്നതായിരുന്നു ഏറ്റവും വലിയ പ്രശ്നം. ഒരു ഇഷ്ടികയാണെങ്കിൽ നീളം, വീതി, വണ്ണം ഇവ അറിഞ്ഞാൽ വ്യാപ്തം നിഷ്പ്രയാസം കണ്ടുപിടിക്കാനാവുന്നതാ ണല്ലോ.

പരീക്ഷണങ്ങൾ

പക്ഷേ, വ്യാപ്തം കണ്ടുപിടിക്കുന്നതിനും വളരെ സരളമായ ഒരു സൂത്രം അദ്ദേഹം ആവിഷ്കരിച്ചു. ആദ്യം കിരീടം വളരെ സൂക്ഷ്മമായി തൂക്കി. പിന്നീട് കിരീടത്തിന്റെ തൂക്കത്തിന് തുല്യം തൂക്കംവരുന്ന സ്വർണവും വെള്ളിയും എടുത്തു. അടുത്തതായി ഒരു പാത്രത്തിന്റെ വക്കുവരെ തുളുമ്പി നിൽക്കത്തക്കരീതിയിൽ വെള്ളം എടുത്ത് ആ വെള്ളത്തിലേക്ക് സ്വർണക്കട്ടി വളരെ സാവധാനം താഴ്ത്തി. കുറച്ചു

വെള്ളം പുറത്തുപോയി. ഇങ്ങനെ പുറത്തുപോയ വെള്ളം എത്രയെന്ന് വളരെ കൃത്യമായി അളന്നു. ഈ വെള്ളത്തിന്റെ വ്യാപ്തവും സ്വർണ ക്കട്ടിയുടെ വ്യാപ്തവും തുല്യമാണെന്ന് അദ്ദേഹം അഭിപ്രായപ്പെട്ടു. സ്വർണക്കട്ടിക്കു പകരം വെള്ളക്കട്ടി പതുക്കെ വെള്ളത്തിൽ താഴ്ത്തി ഇതേ പരിക്ഷണം അദ്ദേഹം ആവർത്തിച്ചു. ഇത്തവണ പാത്രത്തിൽ നിന്ന് കൂടുതൽ വെള്ളം പുറത്തേക്ക് ഒഴുകി.

വെള്ളം നിറച്ച പാത്രത്തിൽ കിരീടം മെല്ലെ താഴ്ത്തി, അതിന്റെ വ്യാപ്തം അദ്ദേഹം കണ്ടുപിടിച്ചു. ഈ വ്യാപ്തമാകട്ടെ നേരത്തെയുള്ള സ്വർണക്കട്ടിയുടെ വ്യാപ്തത്തേക്കാൾ കൂടുതലും വെള്ളിക്കട്ടിയുടെ വ്യാപ്തത്തേക്കാൾ കുറവും ആയതായി ആർക്കിമിഡിസിന് ബോധ്യം വന്നു. അതിനാൽ രാജാവ് പണിനിർമ്മിച്ച സ്വർണക്കിരീടം ശുദ്ധമായ സ്വർണം കൊണ്ടുണ്ടാക്കിയതല്ല എന്ന് അദ്ദേഹത്തിനു ബോധ്യമായി. രഹസ്യപ്പോലീസിന്റെ ജോലിയിൽ ഏർപ്പെട്ട് അങ്ങനെ മറ്റൊരു ശാസ്ത്ര വസ്തുത കൂടി ആർക്കിമിഡിസ് ജനത്തിനു ബോധ്യമാക്കിക്കൊടുത്തു.

രാജാവിനെ അലട്ടിയിരുന്ന വിഷമത്തിന് പരിഹാരം അദ്ദേഹം കണ്ടു പിടിച്ചു എന്നതു ശരിതന്നെ. പക്ഷേ, അതൊരു തുടക്കം മാത്രമായിരു ന്നു. ഇതോടെ പ്രകൃതിയിലെ ഏറ്റവും നിഗൂഢമായ ഒരു സത്യം പുറത്തു കൊണ്ടുവരുവാനും അദ്ദേഹത്തിനു കഴിഞ്ഞു. ഇന്ന്, അതായത് ഏതാണ്ട് ഇരുപതു നൂറ്റാണ്ടു കഴിഞ്ഞിട്ടും, ശാസ്ത്രജ്ഞർ ആർക്കിമിഡിസിന്റെ തത്വം പല രംഗങ്ങളിലും ഉപയോഗിക്കുന്നു. ആധുനിക മുങ്ങിക്കപ്പലിന്റെ പ്രവർത്തനതത്വം മറ്റൊന്നല്ലല്ലോ.

രാജാവിനു കിരീടം പണിത തട്ടാന് എന്ത് ശിക്ഷ കിട്ടിക്കാണും എന്നത് ഇവിടെ നമ്മെ അലട്ടുന്ന പ്രശ്നമല്ല.

മിലിട്ടറി എഞ്ചിനീയർ

രാജാവിന്റെ ഉറ്റ സുഹൃത്തായ ആർക്കിമിഡിസിനെക്കുറിച്ച് ഒട്ടേറെ കഥകളുണ്ട്. പുരാതനകാലത്തെ അതി പ്രശസ്തനായ തുറമുഖമായി രുന്നു സിറാക്യൂസ് എന്നു പറഞ്ഞുവല്ലോ. സിസിലിയിൽ സ്ഥിതി ചെയ്തി രുന്ന സിറാക്യൂസ് റോമിനെ ആക്രമിക്കുവാനുള്ള ഒരു നല്ല താവളമാ യിരുന്നു. റോമിനു സമീപമായിരുന്നു ഇതെന്ന കാര്യം പ്രത്യേകം പറ യേണ്ടതുണ്ട്. ബി സി 214-ൽ റോമാക്കാർ മാർസിലസ് എന്ന അവരുടെ പ്രഗത്ഭനായ ജനറലിനെ സിറാക്യൂസ് പിടിച്ചടക്കുവാനായി നിയോഗി ച്ചു. അന്നേരം ശത്രുക്കൾ അവിടെ താവളമടിച്ച് തലവേദന ഉണ്ടാക്കിയി ല്ലല്ലോ എന്നും റോമാക്കാർ കരുതി. മാർസിലസിന്റെ നേതൃത്വത്തിലുള്ള ആക്രമണത്തെ തടയുവാനായി വേണ്ടതെല്ലാം ചെയ്തുതരണം എന്ന് സിറാക്യൂസിലെ രാജാവായ ഹീറോ രണ്ടാമൻ ആർക്കിമിഡിസിനോട് ആവശ്യപ്പെട്ടു. അതിനായി ആർക്കിമിഡിസിനെ ചീഫ് മിലിട്ടറി എഞ്ചി നീയർ ആയി നിയമിക്കുകയും ചെയ്തു. മെക്കാനിക്സിൽ തൽപ്പരനാ യിരുന്ന അദ്ദേഹം കപ്പികളും ഉത്തോലകവും നിർമ്മിച്ചിരുന്നു. ഉത്തോല

കവുമായി ബന്ധപ്പെടുത്തി ആർക്കിമിഡിസിന്റെ ഒരു പ്രസ്താവന അത്യ
ധികം രസകരമാണ്:-

"നിൽക്കുവാൻ മറ്റൊരിടവും ആവശ്യത്തിനു നീളമുള്ള ഒരു ഉത്തോ
ലകവും കിട്ടിയാൽ എനിക്ക് ഈ ഭൂമിയെ പൊക്കുവാനാകും."

ആർക്കിമിഡിസിന്റെ നേതൃത്വത്തിലുള്ള ചെറുത്തുനിൽപ്പ് മാർസി
ലസിനെയും സംഘത്തെയും വല്ലാതെ കുഴക്കി. അതിന്റെ വിശദാംശങ്ങ
ളിലേക്ക് നാം കടക്കുന്നില്ല.

പക്ഷേ, അവസാന ഫലം മറിച്ചായിരുന്നു. സിസിലിയൻ ഭടന്മാരെ
സ്വാധീനിച്ച് മാർസിലസിന്റെ സൈന്യം യുദ്ധത്തിൽ ലയിച്ചു. റോമൻ
ഭടന്മാർ വിജയാഹ്ലാദത്തിൽ നഗരങ്ങൾ റോന്തുചുറ്റി കൊള്ളയടിച്ചു. പ്രധാ
നപ്പെട്ട വ്യക്തികളെ ഉപദ്രവിക്കരുതെന്ന് മാർസിലസ് പ്രത്യേകം നിർദ്ദേ
ശിച്ചിരുന്നുവെങ്കിലും സംഭവിച്ചതു മറിച്ചായിരുന്നു.

കിറുക്കന്റെ അന്ത്യം

ആർക്കിമിഡിസിന്റെ അന്ത്യത്തെക്കുറിച്ച് ഒട്ടേറെ കഥകളുണ്ട്. അ
വയിൽ ഏറ്റവും അംഗീകാരം കിട്ടിയ കഥ ഇപ്രകാരമാണ്:- കടൽപ്പു
റത്തെ മണലിൽ അദ്ദേഹം ഏതോ ജ്യോമെട്രി പടം വരച്ച് അതിൽ ശ്രദ്ധ
കേന്ദ്രീകരിച്ചിരിക്കുന്ന നേരം. റോമൻ ഭടന്മാരിൽ രണ്ടുമൂന്നു പേർ വിജ
യാഹ്ലാദ പ്രകടനത്തിൽ അവിടേയും എത്തി. അവർക്കു മനസിലാകാത്ത
എന്തോ ചിലതു മണലിൽ വരച്ചുകൊണ്ടിരിക്കുന്ന ഒരു 'കിറുക്ക'ൻ അവ
രുടെ ദൃഷ്ടിയിൽ പെട്ടു. തങ്ങളുടെ നേതാവായ മാർസിലസിന്റെ മുമ്പിൽ
പോയി ഹാജരാകുവാൻ അവർ ആജ്ഞാപിച്ചു. തൽക്കാലം ഈ ഗണിത
പ്രശ്നനിർദ്ധാരണം ചെയ്തു കഴിയട്ടെ എന്നതായിരുന്നു അയാളുടെ
നിലപാട്. 'വെട്ടുപോത്തിന്റെ മുന്നിൽ വേദമോതിയിട്ടെന്തു കാര്യം?' ക്രുദ്ധ
നായ ഒരു ഭടൻ വാൾ ഊരി തൽക്ഷണം ആർക്കിമിഡിസിനെ വക വരു
ത്തി.

ഇതൊന്നുമല്ലാതെ മറ്റൊരു അഭിപ്രായം കൂടിയുണ്ട് ആ മഹാപ്ര
തിഭയുടെ അന്ത്യത്തെക്കുറിച്ച്. സൺഡയൽ, ക്വാഡ്രന്റ് എന്നീ ഗണിത
ഉപകരണങ്ങൾ ഒരു പെട്ടിയിലിട്ട് ആ പെട്ടിയും തൂക്കി ആർക്കിമിഡിദിസ്
നടക്കുകയായിരുന്നുവത്രെ. ഭടന്മാർ അതു കണ്ടു. പെട്ടിക്കുള്ളിൽ
സ്വർണം അല്ലെങ്കിൽ വിലപിടിപ്പുള്ള മറ്റു സാധനങ്ങൾ ആയിരിക്കുമെന്ന്
അവർ ധരിച്ചു. ആ മുതൽ തട്ടിയെടുക്കുവാനായി ആർക്കിമിഡിസിനെ
അവർ തലയറുത്തു കൊന്നു!

ആർക്കിമിഡിസിനെ കൊന്നു എന്നറിഞ്ഞപ്പോൾ മാർസിലസ്
വല്ലാതെ വേദനിച്ചുവത്രെ.

ശാസ്ത്ര ചരിത്രത്തിൽ ആർക്കിമിഡിസിന്റെ സ്ഥാനം എന്തായി
രുന്നു? ലളിതമായ ഭാഷയിൽ പറഞ്ഞാൽ ഐസക്ന്യൂട്ടനു മുമ്പുള്ള
ഏറ്റവും ഗണനീയനായ ശാസ്ത്രജ്ഞൻ എന്നദ്ദേഹത്തെ വിശേഷിപ്പി
ക്കാം. ജ്യാമിതിയുടെ പിതാവ് എന്നറിയപ്പെടുന്ന യൂക്ളിഡിന്റെ ശിഷ്യ
നായ കോനോൻ ആയിരുന്നു ആർക്കിമിഡിസിന്റെ ഗുരു. കോനോനും

ഗണിതശാസ്ത്രത്തിൽ അതീവ മിടുക്കനായിരുന്നു. റോമൻ ആക്രമണ കാലത്ത് സിറാക്യൂസിന്റെ പ്രതിരോധ ആവശ്യങ്ങൾക്കായി ഒട്ടേറെ യന്ത്രോപകരണങ്ങൾ ആർക്കിമിഡിസ് സജ്ജീകരിച്ചിരുന്നുവത്രേ. ലെൻസു കൾ ഉപയോഗിച്ച് സൈന്യത്തെ ആർക്കിമിഡിസ് അഗ്നിക്കിരയാക്കിയ ഒരു കഥ പ്രചാരത്തിലുണ്ട്. അതുപോലെ അറ്റകുറ്റ പണികൾക്കായി, കപ്പിയും കയറും ഉപയോഗിച്ച് അദ്ദേഹം ഒരു കപ്പൽ ഉയർത്തി കര യ്ക്കു കയറ്റിയത്രേ.

പ്രാചീന ശാസ്ത്രജ്ഞരിൽ ഏറ്റവും വലിയ പ്രതിഭയായിരുന്ന ഇദ്ദേഹം, ന്യൂട്ടനെപ്പോലെ സ്വന്തം ആരോഗ്യസ്ഥിതി, ഭക്ഷണാദി കാര്യങ്ങൾ ഇവയിലൊക്കെ തീരെ താൽപ്പര്യം കാണിച്ചിരുന്നില്ല. സര സനായിരുന്ന അദ്ദേഹം പുസ്തകത്തിന്റെ കൈയെഴുത്തു പ്രതി കൂട്ടു കാരെ വായിക്കുവാൻ ഏൽപ്പിക്കുമ്പോൾ ബോധപൂർവം അതിൽ പിശ കുകൾ വരുത്തിയിരുന്നുവത്രേ! ആരെങ്കിലും ഈ തെറ്റുകൾ ചൂണ്ടിക്കാ ണിക്കുമോ എന്നറിയണമല്ലോ! വിദ്യാർഥികൾക്കല്ല പണ്ഡിതർക്കുവേണ്ടി യായിരുന്നു ആർക്കിമിഡിസ് ഗ്രന്ഥങ്ങൾ രചിച്ചത്. ഐസക്ന്യൂട്ടനും ലൈബ്നിസിനും രണ്ടായിരം വർഷം മുമ്പ് ജീവിച്ച ആർക്കിമിഡിസ് (ഉ ബി സി 287-212) അക്കാലത്തെ ഏറ്റവും പ്രഗൽഭനായ ഗണിതജ്ഞൻ എന്ന ഖ്യാതിനേടി. കടപ്പുറത്തെ മണലിൽ ജ്യാമിതീയ ആരേഖങ്ങൾ വരച്ചുകൊണ്ടിരുന്ന ഈ കിറുക്കന്റെ (?) തലവീശി നിലത്തിടുവാൻ തിടുക്കം കൂട്ടിയ റോമൻ ഭടന്മാരോട് "ദയവുചെയ്ത് മാറി നിൽക്കൂ, എന്റെ ഈ ചിത്രങ്ങളെ ഉപദ്രവിക്കല്ലേ. ഞാൻ ഇതൊന്നു പൂർത്തിയാ ക്കട്ടെ" എന്ന അപേക്ഷ ആർക്കിമിഡിസിന്റെ 'അവസാന' വാക്കുകൾ ആയി കരുതപ്പെടുന്നു.

11

നെപ്പോളിയനും ശാസ്ത്രവും

ജനറലിന് എത്ര മുഖം?

നെപ്പോളിയനെക്കുറിച്ച് കേട്ടിട്ടില്ലേ? ഫ്രാൻസിലെ ചക്രവർത്തിയാ യിരുന്ന സാക്ഷാൽ നെപ്പോളിയൻ. ലോകം കണ്ട ഏറ്റവും വലിയ ജന റൽ. ഒന്നുകൂടി വിശേഷിപ്പിച്ചാൽ 'ജനറലുകളുടെ ജനറൽ'. യുദ്ധത്തിന്റെ കലയും പ്രയോഗവും അറിയാവുന്ന രാഷ്ട്രത്തലവനായിരുന്നു അദ്ദേഹം എന്ന് ശത്രുക്കൾ കൂടി സമ്മതിക്കുന്ന വസ്തുതയാണ്. നെപ്പോളിയനെ ക്കുറിച്ച് പരക്കെ അറിയാവുന്ന കാര്യങ്ങളാണിവ. പല 'മുഖ'ങ്ങളുള്ള വ്യക്തികളെക്കുറിച്ച് കേട്ടിട്ടില്ലേ. അതുപോലെയാണ് ഈ ജനറലും. അക്കാര്യങ്ങളാണ് നാം അന്വേഷിക്കുന്നതും.

ശത്രുപക്ഷത്തെ യോദ്ധാക്കളെ തുണ്ടംതുണ്ടമാക്കി അരിഞ്ഞിടു മ്പോൾ ഹരം കൊണ്ടിരുന്ന നെപ്പോളിയന് വൈദ്യശാസ്ത്രത്തിൽ അതീ വതാൽപ്പര്യമായിരുന്നു. തന്റെ ജനങ്ങളുടെ ആരോഗ്യം മെച്ചപ്പെടുത്തു ന്നതിന് ഉതകുന്ന വൈദ്യശാസ്ത്ര കണ്ടുപിടുത്തങ്ങളിൽ അദ്ദേഹം വള രെയധികം ശ്രദ്ധിച്ചു. അതുകൊണ്ടുതന്നെ എഡ്‌വേർഡ് ജെന്നർ പ്രതി രോധകുത്തിവെപ്പ് കണ്ടുപിടിച്ചപ്പോൾ നെപ്പോളിയൻ അതിന്റെ ആവ ശ്യകത ഗൗരവപൂർവം മനസ്സിലാക്കി. രാഷ്ട്രത്തിന് ഇതുകൊണ്ട് അത്യ ധികം പ്രയോജനമുണ്ടാകുമെന്നും അദ്ദേഹം കരുതി. മറ്റുള്ളവർക്ക് ഒരു മാതൃകയായി അദ്ദേഹം സ്വന്തം കുട്ടിക്ക് പ്രതിരോധ കുത്തിവെപ്പ് നട ത്തി. എന്താ, അത്ഭുതം തോന്നുന്നുണ്ടോ? സാർവലൗകിക അംഗീകാരം കിട്ടാത്ത കുത്തിവെപ്പ് സ്വന്തം കുട്ടിക്കു നടത്തുവാൻ നെപ്പോളിയൻ തയ്യാറായതിൽ!

ഇംഗ്ലണ്ടുമായി കടുത്ത ശത്രുത ഉണ്ടായിരുന്ന കാലത്ത് ജെന്നറെ ബഹുമാനിക്കുന്നതിൽ നെപ്പോളിയന് ഒട്ടുംതന്നെ വൈമുഖ്യം ഉണ്ടായി

രുന്നില്ല. ശാസ്ത്രകാര്യങ്ങളിലുള്ള അദ്ദേഹത്തിന്റെ താൽപ്പര്യത്തെയാ ണിതുകാണിക്കുന്നത്.

തടങ്കലിൽ കഴിഞ്ഞ രണ്ട് ഇംഗ്ലീഷ് പട്ടാളക്കാരെ മോചിപ്പിക്കണം എന്നുകാണിച്ചുകൊണ്ട് ജെന്നർ നെപ്പോളിയന് ഒരു ദയാഹർജി അയച്ചു. 'സാധ്യമല്ല' എന്നുതന്നെയായിരുന്നു നെപ്പോളിയന്റെ നിലപാട്. പക്ഷേ, അപ്പോഴാണ് ദയാഹർജി അയച്ചിരിക്കുന്നത് ജെന്നർ ആണെന്ന് നെപ്പോ ളിയന്റെ ശ്രദ്ധയിൽ പെട്ടത്. 'ജെന്നറോ? അദ്ദേഹത്തിന്റെ ആഗ്രഹങ്ങൾ ഒന്നും നിറവേറ്റികൊടുക്കാതിരിക്കുവാൻ പറ്റുകയില്ലല്ലോ' എന്നായിരുന്നു ആ ജനറലിന്റെ ഉടനെയുള്ള പ്രതികരണം. അങ്ങനെ ആ തടവുകാർക്ക് മോചനം കിട്ടി.

ലോകം വിറപ്പിച്ച മഹാനായ ജനറലിന്റെ ശാസ്ത്രത്തോടുള്ള മമ തയ്ക്ക് മറ്റ് ഉദാഹരണങ്ങൾ ആവശ്യമില്ലെങ്കിലും അറിയുന്നതു രസക രമാണല്ലോ. പറയാം.

ഇംഗ്ലണ്ടും ഫ്രാൻസും തമ്മിൽ യുദ്ധം നടന്നുകൊണ്ടിരിക്കുന്ന കാലം. നയതന്ത്ര ബന്ധങ്ങൾ എല്ലാം ഉപേക്ഷിച്ച് രണ്ടു രാഷ്ട്രങ്ങളും ശത്രുതയിൽ കഴിയുന്ന കാലം എന്നർഥം. പ്രസിദ്ധനും പ്രഗൽഭനും ആയ നെപ്പോളിയൻ ഫ്രാൻസിലെ രാഷ്ട്രത്തലവനുമാണ്.

രാസമാർഗത്തിലൂടെ വൈദ്യുതി എങ്ങനെ ഉൽപ്പാദിപ്പിക്കാം എന്നു വോൾട കണ്ടുപിടിച്ചിട്ട് അധികനാളുകൾ കഴിഞ്ഞിട്ടില്ല. വൈദ്യുതിയിൽ എല്ലാ വർഷവും ഏറ്റവും മികച്ച പഠനങ്ങൾ നടത്തുന്ന ആൾക്ക് സമ്മാനം നൽകുവാൻ നെപ്പോളിയൻ തീരുമാനിച്ചു.

ഈ അവാർഡ് 1807 ൽ സർഹംഫ്രി ഡാവിക്കു ലഭിച്ചു. അദ്ദേഹം ഇംഗ്ലണ്ടുകാരനായിരുന്നു. ഡാവി ആ ബഹുമതി സ്വീകരിക്കുകയും ചെയ്തു. ഡാവി ഇപ്രകാരം എഴുതി:-

> ...ഞാൻ ഈ സമ്മാനം വാങ്ങിക്കേണ്ട ആവശ്യമില്ലെന്നു ചിലർ പറയുന്നു. ഇതേക്കുറിച്ച് പത്രത്തിൽ അർഥമില്ലാത്ത ഒട്ടേറെ വാർത്തകൾ പ്രചരിച്ചു. രണ്ടു രാഷ്ട്രങ്ങൾ അഥവാ രണ്ടു ഗവൺമെന്റുകൾ തമ്മിൽ യുദ്ധത്തിൽ ആണെങ്കിലും ശാസ്ത്രജ്ഞന്മാർ തമ്മിൽ ഒരു യുദ്ധവും ഇല്ലല്ലോ. രാഷ്ട്ര ങ്ങൾ തമ്മിലുള്ള വിദ്വേഷം ഇല്ലാതാക്കുകയാണ് വാസ്ത വത്തിൽ ഞങ്ങളുടെ ജോലിയും...

ഡാവിയെ പിന്നീട് ഫ്രാൻസിലേക്കു ക്ഷണിച്ചു. ഈ രണ്ട് രാഷ്ട്ര ങ്ങൾ തമ്മിൽ അതിഭീകരമായ ശത്രുത നിലനിൽക്കുമ്പോൾ തന്നെ ഡാവിക്ക് ഫ്രെഞ്ച് ഗവൺമെന്റ് ഔദ്യോഗിക വിരുന്നുകൾ നൽകി. നെപ്പോ ളിയൻ ചക്രവർത്തിയുടെ ശാസ്ത്രാഭിമുഖ്യമാണിതുകാണിക്കുന്നത്.

*   *   *   *

നെപ്പോളിയനെക്കുറിച്ച് ഇതാ മറ്റൊരു കഥകൂടി. ശാസ്ത്രത്തിലുള്ള അദ്ദേഹത്തിന്റെ അഭിരുചി ഇതിനുമുമ്പ് സൂചിപ്പിച്ചുവല്ലോ. തന്റെ

നെപ്പോളിയൻ

രാജ്യത്തെ ശാസ്ത്രരംഗത്തെ വികസനത്തിനായി 1666 ൽ അദ്ദേഹം ഒരു ശാസ്ത്ര അക്കാദമിക്കു രൂപം കൊടുത്തതും മറ്റും ചെറിയ കാര്യങ്ങളായി കരുതാം! യുദ്ധത്തിൽ ശാസ്ത്രത്തിന്റെ പങ്കിനെക്കുറിച്ച് അദ്ദേഹം ശരിക്കും ബോധവാനായിരുന്നു. നൈൽ പ്രദേശങ്ങളിൽ സഞ്ചരിക്കുമ്പോൾ അദ്ദേഹം ശാസ്ത്രജ്ഞരെ കൂടെ കൊണ്ടുപോയിരുന്നു. ശാസ്ത്രജ്ഞന്മാരുടെ ഒരു യോഗത്തിൽ പങ്കെടുത്തുകൊണ്ട് ഇരിക്കുകയായിരുന്നു. അപ്പോഴാണ് വൈദ്യുതി ഉപയോഗിച്ച് സോഡിയം ലോഹം ഡാവി ഉണ്ടാക്കിയ വാർത്ത അദ്ദേഹം അറിയുന്നത്. "നമുക്കെന്തുകൊണ്ട് അത് സാധിക്കുന്നില്ല?"- ഒരു ജനറലിന്റെ ഗൗരവത്തോടെ നെപ്പോളിയൻ ശാസ്ത്രജ്ഞരെ വിറപ്പിച്ചു. 'അതിനുശേഷിയുള്ള വോൾട ബാറ്ററി നാം ഉണ്ടാക്കിയിട്ടില്ല'-എന്നായിരുന്നു മറുപടി. "എങ്കിൽ അത്തരത്തിലുള്ള ഒന്നുണ്ടാക്കലാകട്ടെ ആദ്യനടപടി. സാമ്പത്തികച്ചെലവോ ജോലി ഭാരമോ ഒന്നും ഇതിനു പ്രശ്നമാക്കേണ്ടതില്ല"- അതായിരുന്നു നെപ്പോളിയന്റെ പ്രതികരണം. ഉടൻതന്നെ അത്തരമൊരു ബാറ്ററി ഉണ്ടാക്കി. നെപ്പോളിയന് സന്തോഷമായി. ബാറ്ററിയുടെ പ്രവർത്തനം കണ്ടു മനസിലാക്കുവാനായി അദ്ദേഹം തിരക്കിനിടയിൽ സമയവും കണ്ടെത്തി.

ബാറ്ററിയിലെ രണ്ടു കുറ്റികളിൽ നിന്നുവരുന്ന കമ്പികൾ ഒരുമിച്ച് നാവിൽവെച്ചാൽ ഒരു പ്രത്യേകതരം സ്വാദ് അനുഭവപ്പെടും എന്ന് ശാസ്ത്രജ്ഞർ ജനറലിനോടു പറഞ്ഞു. പരിശോധിച്ചുനോക്കാം എന്നായി അദ്ദേഹത്തിന്.

വേണ്ടത്ര മുൻകരുതലുകൾ എടുക്കുന്നതിനുമുമ്പുതന്നെ, അദ്ദേഹം ചാടി, രണ്ടുകമ്പികളും പിടിച്ച് നാക്കിൻ തുമ്പത്തു തൊട്ടു. എന്തിനധികം പറയുന്നു മഹാനായ നെപ്പോളിയന് ഒരു നല്ല വൈദ്യുത 'ഷോക്ക്' കിട്ടി.

'ഷോക്ക്' മൂലമുണ്ടായ ഷോക്കിൽനിന്ന് മുക്തനായ ഉടൻ അദ്ദേഹം പരീക്ഷണസ്ഥലം വിട്ടുവെന്നും ഇതേക്കുറിച്ച് പിന്നീട് ഒരിടത്തും പരാമർശിക്കുകയുണ്ടായില്ല എന്നും ആണ് കഥ.

ശാസ്ത്ര വസ്തുതകൾ നേരിട്ടു മനസിലാക്കുവാനുള്ള അദ്ദേഹ ത്തിന്റെ ആഗ്രഹവും ശാസ്ത്രഗവേഷണങ്ങളിലുള്ള അതീവ താൽപ്പ ര്യവും ആണ് ഇതുതെളിയിക്കുന്നത് എന്ന് വ്യക്തമാണല്ലോ.

*   *   *   *

ബെർതോലത്ത് (Berthollet) എന്ന ശാസ്ത്രജ്ഞൻ അനുഭവിച്ച പീഡനത്തിന്റെയും, അവസാനം നെപ്പോളിയൻ ഭരണത്തിൽ വന്നപ്പോൾ ആ ശാസ്ത്രജ്ഞന്റെ കഴിവുകൾ മനസ്സിലാക്കി അദ്ദേഹത്തെ മാനിച്ച തിന്റെയും കഥ ഇനി പറയാം.

ബെർതോലത്ത്

നെപ്പോളിയനുമുമ്പ് റോ ബസ്പിയറെ (Robespiere) ആയിരുന്നു ഫ്രാൻസിലെ ഭര ണം നടത്തിയിരുന്നത്. അദ്ദേ ഹം ചക്രവർത്തിയുടെ ആജ്ഞ ശിരസാവഹിക്കുവാൻ തയ്യാറി ല്ലാത്ത ഒരാളായിരുന്നു. അല്ലെ ങ്കിൽ പേരെടുത്ത ആ ശാസ്ത്ര ജ്ഞൻ സത്യമേ അംഗീകരി ക്കുവാൻ കൂട്ടാക്കിയുള്ളൂ എ ന്നു പറയുന്നതാവും കൂടുതൽ ശരി. അതുകൊണ്ടുതന്നെ അദ്ദേഹത്തിന്റെ ജീവൻ അപക ടത്തിലും ആയിരുന്നു. ഗില്ലറ്റിൻ ചെയ്യപ്പെടേണ്ടവരുടെ ലിസ്റ്റിൽ ബെർതോലത്തും ഉണ്ടായിരു ന്നുവത്രേ. മരണം ഇതാ തൊട്ട ടുത്ത് എന്ന ഒരു അവസ്ഥ. എപ്പോൾ വേണമെങ്കിലും വിളി

പ്പിക്കപ്പെടാം, തലയും ഉടലും വേർപെടുത്തപ്പെടുകയും ആകാം.

ക്ലാഡ്ലൂയിസ് ബെർതോലത്ത് എന്നായിരുന്നു അദ്ദേഹത്തിന്റെ മുഴുവൻ പേർ. ശാസ്ത്രജ്ഞനെന്ന നിലയിൽ സർക്കാരിന്റെ ഉയർന്ന പദവിയും ഉണ്ടായിരുന്നു. ഫ്രഞ്ച് വിപ്ലവം തുടങ്ങിയ കാലം. ഫ്രാൻസിനു ചുറ്റും ശത്രുരാഷ്ട്രങ്ങൾ. ആ രാജ്യങ്ങളുമായി എല്ലാത്തരത്തിലുള്ള ബന്ധങ്ങളും വിച്ഛേദിക്കപ്പെട്ടു എന്നു പറയേണ്ടതില്ലല്ലോ. അതായത് കയ റ്റുമതിയും ഇറക്കുമതിയുംവരെ നിശ്ചലമായി. യുദ്ധത്തിനാവശ്യമായ വെടിയുപ്പ്, ഇരുമ്പ് തുടങ്ങി ഒട്ടേറെ സാധനങ്ങൾ ഫ്രാൻസിന് ഇറക്കു മതിചെയ്യേണ്ടതുമുണ്ട്. അയൽ രാജ്യങ്ങൾ എതിരാകയാൽ ഇറക്കുമതി പൂർണമായും നിലച്ചു. ഫ്രാൻസിന്റെ നിലനിൽപുതന്നെ അപകടത്തി ലായി. അവർക്ക് കീഴടങ്ങിയേ പറ്റൂ എന്ന സ്ഥിതിവന്നു.

രാഷ്ട്രത്തെ ഈ അപകടത്തിൽനിന്നു രക്ഷിക്കുവാൻ ശാസ്ത്ര-

സാങ്കേതികരംഗങ്ങളിലെ പ്രതിഭാശാലികൾ മുന്നോട്ടുവരണമെന്ന ആഹ്വാ നമുണ്ടായി. ബെർതോലത്ത് രാഷ്ട്രത്തിന്റെ ആവശ്യം മനസ്സിലാക്കി. കഠിനാധ്വാനത്തിന്റെ ഫലമായി ഫ്രഞ്ചിലെ മണ്ണിൽനിന്ന് വെടിയുപ്പ് ഉണ്ടാക്കുന്നതെങ്ങനെയെന്ന് കണ്ടുപിടിച്ചു. അങ്ങനെ അന്ന് ഫ്രാൻ സിനെ രക്ഷിച്ചത് ബർതോലത്ത് ആയിരുന്നു. റിപ്പബ്ലിക്കൻ നേതാക്കളാ യിരുന്നു ഫ്രാൻസിന്റെ ഭരണം നടത്തിക്കൊണ്ടിരുന്നത്. രാഷ്ട്രത്തലവ നായ റോബസ്പിയർ, തക്കം കിട്ടിയാൽ ഫ്രാൻസിലെതന്നെ തന്റെ എതി രാളികളെ വകവരുത്തുന്നതിനായി പദ്ധതി ഇട്ടിരുന്നു. ആരൊക്കെയാണ് വധിക്കേണ്ടത് എന്നതിനുള്ള ഒരു നീണ്ടപട്ടികതന്നെ അവർ തയ്യാറാ ക്കിവെച്ചിരുന്നുവത്രേ.

ബ്രാണ്ടിയിൽ വിഷംചേർത്ത് അത് പട്ടാളക്കാർക്ക് കുടിക്കുവാൻ കൊടുത്ത് തന്റെ എതിരാളികളായ ഒട്ടേറെ പേരെ റോബസ്പിയർ നിഷ്ഠു രമായി വധിക്കുവാൻ പ്ലാനിട്ടു. എന്തിനധികം പറയുന്നൂ. യുദ്ധത്തിൽ മുറിവേറ്റു കിടക്കുന്നവരെക്കൂടി ഈ ബ്രാണ്ടി കുടിപ്പിച്ച് വകവരുത്താം എന്നവർ ധരിച്ചു.

അങ്ങനെ, വിഷം ചേർത്ത മദ്യം പരിശോധിക്കുന്നതിനായി റോബ സ്പിയർ അതിന്റെ സാമ്പിൾ ബർതോലത്തിന് എത്തിച്ചു. അതു കുടി ച്ചാൽ എത്രവേഗം മരണം സംഭവിക്കും എന്നായിരുന്നു അദ്ദേഹത്തിന് അറിയേണ്ട കാര്യവും. പക്ഷേ, പരീക്ഷണങ്ങളിൽ, അദ്ദേഹത്തിന്റെ പദ്ധതി നടപ്പിലാവില്ല എന്ന് ബർതോലത്ത് അറിയിച്ചു. ഈ ബ്രാണ്ടി സ്വയം കഴിച്ച താൻ മരിക്കുന്നില്ലല്ലോ എന്ന് ശാസ്ത്രജ്ഞൻ തെളിയി ച്ചുകാണിച്ചു.

ഇതും ഒരു തരത്തിൽ ചക്രവർത്തിയെ എതിർക്കുകയാണല്ലോ. താനും ഒരു നോട്ടപ്പുള്ളിയാണെന്നും ഏതുസമയവും മരണം സംഭ വിക്കാം എന്നും ബർതോലത്തിനു അറിയാമായിരുന്നു. ഭാഗ്യത്തിന് അദ്ദേ ഹത്തിന്റെ ഊഴം എത്തിയില്ല എന്നുമാത്രം.

ഈ ബർതോലത്തിനെയാണ് നെപ്പോളിയൻ ആദരിച്ചതും അംഗീ കാരങ്ങൾ നൽകി ബഹുമാനിച്ചതും എന്നറിയുമ്പോഴാണ് യുദ്ധക്കൊ തിയനെന്നു കരുതി മോശക്കാരനെന്ന് നാം കരുതുന്ന അദ്ദേഹം എത്ര മാത്രം മഹാനാണ് എന്നു മനസ്സിലാകുന്നത് അല്ലേ?

നെപ്പോളിയൻ ബോണപ്പാർട്ടിന്റെ വ്യക്തിത്വം തെളിയിക്കുന്ന ചില ഉദ്ധരണികൾ ഇതാ:

- രാഷ്ട്രീയത്തിൽ ഭോഷണം ഒരു പ്രതിബന്ധമല്ല.
- ഇംഗ്ലണ്ട് കച്ചവടക്കാരുടെ മാത്രം രാഷ്ട്രമാണ്.
- ആയിരം ബയണറ്റുകളേക്കാൾ ഭയപ്പെടേണ്ടതാണ് നമ്മെ എതിർക്കുന്ന നാല് ദിനപത്രങ്ങളെയാണ്.
- ഭീരുക്കളുടെ നിഘണ്ടുവിൽ മാത്രം കാണുന്ന പദമാണ് 'അസാധ്യം.'

*   *   *   *

രാജാവുമായി ബന്ധപ്പെട്ട മറ്റൊരു രസികൻ ശാസ്ത്രസംഭവം. ഇത്

നടന്നത് ഏതാണ്ട് നൂറ്റിയിരുപത്തഞ്ച് വര്‍ഷം മുമ്പാണ്. വിക്ടോറിയ
രാജ്ഞിയുടെ ഭര്‍ത്താവ് കണ്‍സോര്‍ട്ട് രാജാവ് വലിയ കണിശക്കാരനാ
യിരുന്നു. കുട്ടികളുടെ വിദ്യാഭ്യാസങ്ങളില്‍ പ്രത്യേകം കണിശക്കാരനു
മാണ്. പഠിക്കുന്ന കുട്ടികള്‍ ഒരിക്കലും 'വിശ്രമിക്കരുത്' എന്നായിരുന്നു
രാജാവിന്റെ തത്വസംഹിത. എഡ്വേര്‍ഡ് ഏഴാമന്‍ എന്ന പേരില്‍ പിന്നീട്
രാജാവായ വെയില്‍സ് രാജകുമാരന്‍ ഇദ്ദേഹത്തിന്റെ പുത്രനായിരുന്നു.
തീരെ അയവില്ലാത്ത നിബന്ധനകള്‍ അനുസരിച്ചാണ് വെയില്‍സ് രാജ
കുമാരന്‍ വളര്‍ന്നത് എന്ന് പ്രത്യേകം പറയേണ്ടതില്ലല്ലോ.

1859 ഒക്ടോബറില്‍ ഓക്സ്ഫോര്‍ഡ് യൂണിവേഴ്സിറ്റിയില്‍ രാജ
കുമാരന് പുതിയ കോഴ്സിനുചേരേണ്ടതുണ്ട്. ഒരു വിദേശപര്യടനം
കഴിഞ്ഞ് അദ്ദേഹം ജൂലായ് മാസത്തില്‍തന്നെ നാട്ടില്‍ മടങ്ങിയെത്തി.
അതായത് പുതിയ കോഴ്സ് തുടങ്ങുവാന്‍ ഇനിയും മൂന്നുമാസം ഉണ്ടെ
ന്നര്‍ഥം. ഇത്രയുംകാലം മറ്റുപരിപാടികളൊന്നും ഇല്ലാതെ വിശ്രമിക്കു
വാനുള്ള സമയവും ആണ്. പക്ഷേ, വെയില്‍സ് രാജകുമാരന്റെ അച്ഛന്റെ
നിഘണ്ടുവില്‍ 'വിശ്രമം' എന്ന വാക്കില്ലല്ലോ. അതിനാല്‍ വീണ്ടുകിട്ടിയ
ഈ മൂന്നുമാസം പറ്റിയ ഒരു കോഴ്സിന്, രാജകുമാരനെ എഡിന്‍ബറോ
സര്‍വകലാശാലയിലേക്കയച്ചു. രസതന്ത്രത്തിലെ ചില ലക്ചര്‍
കേള്‍ക്കുക, മറ്റു പല വ്യാവസായിക ഫാക്ടറികളില്‍ ചെന്ന് പരീക്ഷ
ണത്തില്‍ ഏര്‍പ്പെടുക തുടങ്ങിയവയായിരുന്നു ഈ അവധിക്കാലത്തെ
പഠനത്തില്‍ ഉള്‍പ്പെട്ടിരുന്നത്.

പഠനം നടന്നുകൊണ്ടിരിക്കുന്നവേള. കുട്ടികളുടെ തൊട്ടുമുമ്പില്‍
അധ്യാപകന്‍ തിളയ്ക്കുന്ന ദ്രാവകത്തില്‍ കൈമുക്കി പൊള്ളല്ലോ വേദ
നയോ ഏല്‍ക്കാതെ വിദ്യകള്‍ കാണിക്കുന്ന ഇന്ദ്രജാലകരുടെ കാര്യം
പരാമര്‍ശമായി. തൊട്ടടുത്ത് ഒരു പാത്രത്തില്‍ ലെഡ് തിളച്ചുമറിയുന്നു.
അതിന്റെ താപനില ഏതാണ്, 1500 ഡിഗ്രി C ക്കും 1700 ഡിഗ്രി C ക്കും
മധ്യ ആയിരിക്കും. പ്രൊഫസര്‍ വെയില്‍സ് രാജകുമാരനെ ചൂണ്ടി
പറഞ്ഞു: "ശാസ്ത്രത്തില്‍ വിശ്വാസമുണ്ടെങ്കില്‍ രാജകുമാരന് ഈ തിള
യ്ക്കുന്ന ദ്രാവകത്തില്‍ കൈമുക്കി കുറച്ച് ദ്രാവകം കൈകൊണ്ട് പുറ
ത്തേക്കെടുക്കാം."

"കാര്യമായിട്ടുതന്നെയാണോ പറയുന്നത്. എങ്കില്‍ ഞാന്‍ തയ്യാ
റാണ്"-രാജകുമാരന്റെ മറുപടിയായിരുന്നു ഇത്. "താങ്കള്‍ പറഞ്ഞാല്‍
ഞാനതുചെയ്യും" എന്നും രാജകുമാരന്‍ കൂട്ടിച്ചേര്‍ത്തു.

പ്രൊഫസര്‍ വെയില്‍സ് രാജകുമാരന്റെ കൈ അമോണിയകൊണ്ട്
വൃത്തിയായി കഴുകി. ഗ്രീസോ മറ്റ് എണ്ണമയമോ ഉണ്ടെങ്കില്‍ അത് കള
യുവാനായിരുന്നു അത്. പിന്നീട് അദ്ദേഹം ചുട്ടുപഴുത്ത ലെഡ് ദ്രാവക
ത്തില്‍ കൈമുക്കി കുറച്ചു ദ്രാവകം പുറത്തേക്കെടുത്തു. അത്ഭുതമെ
ന്നുപറയട്ടെ, രാജകുമാരന്റെ കൈയ്ക്ക് യാതൊരു കുഴപ്പവും ഉണ്ടായില്ല.
ചില ദ്രാവകങ്ങള്‍ ഒരു പ്രത്യേക അളവില്‍ കൂടുതല്‍ ചൂടായാല്‍ ഇതാണ്
അവസ്ഥ എന്നും ഇതുതന്നെയാണ് മാന്ത്രികര്‍ കാണിച്ച് ജനങ്ങളെ അമ്പ
രപ്പിക്കുന്നത് എന്നും പ്രൊഫസര്‍ പറഞ്ഞു.

എല്ലാവർക്കും വളരെ സന്തോഷമായി.

രാജകുമാരനെ അച്ചടക്കത്തോടെ വളർത്തിക്കൊണ്ടുവന്നതിന്റെ ഏറ്റവും വലിയ തെളിവാണ് ഈ സംഭവം. മാത്രമോ? അദ്ദേഹത്തിന്റെ ധൈര്യം എത്രമാത്രമുണ്ട് എന്നതിനും ഇതുവലിയ തെളിവാണല്ലോ. കൈപൊള്ളി മാരകമായ എന്തെങ്കിലും സംഭവിച്ചാലോ എന്നു കരുതി നമ്മളിൽ എത്രപേർ ഇത്തരമൊരു പരീക്ഷണത്തിന് നിന്നുകൊടുക്കും?

ശാസ്ത്രത്തിന്റെ വളർച്ചയിൽ അപകടകരമായ പരീക്ഷണങ്ങളിൽ മനുഷ്യർ നേരിട്ട് ഇടപെടുന്നതിനുള്ള ഒരുദാഹരണമാണ് ഈ സംഭവം.

12
രണ്ട് ഗണിതപ്രശ്നങ്ങൾ

ക്രിസ്തുവിന്റെ ജനനത്തിന് അഞ്ഞൂറ് വർഷംമുമ്പ് സീനൊ എന്ന ഒരു ഇറ്റലിക്കാരൻ ഉണ്ടായിരുന്നു. ജന്മനാട് വിട്ട് അദ്ദേഹം പ്രഗത്ഭരുടെ കീഴിൽ പഠിക്കുന്നതിനായി ഗ്രീസിൽചെന്നു. ബുദ്ധിമാനും സരസനും വാക്ചാതുരി ഉള്ളവനും ആയിരുന്ന സീനൊ ജനിച്ചത് പിഥഗോറസ് മരിച്ച കാലത്തായിരുന്നുവെന്ന് കരുതപ്പെടുന്നു.

ഗ്രീക്ക് തത്വചിന്തകനായ 'സീനൊ'യെ (Zeno ബി സി 490–430) 'തർക്കശാസ്ത്ര'ത്തിന്റെ പിതാവായാണ് അരിസ്റ്റോട്ടിൽ വിശേഷിപ്പിച്ചത്. 'ആധു നിക തർക്കശാസ്ത്ര'ത്തിന്റെ (ലോജിക്) അടിസ്ഥാനശിലയിട്ടത് സീനൊ എന്നാണ് ബർട്രാന്റ് റസ്സലിന്റെ വിലയിരുത്തൽ. വിരോധാഭാസങ്ങളിലൂടെ (പാരഡോക്സു കൾ) പ്രസിദ്ധനാണ് സീനൊ. അദ്ദേഹ ത്തിന്റെ ജീവിതത്തെക്കുറിച്ച് വളരെക്കു റച്ച് അറിവു മാത്രമാണ് നമുക്കു ലഭിച്ചി ട്ടുള്ളത്. രണ്ടു സഹസ്രാബ്ദമായി സീനൊയുടെ വിരോധാഭാസങ്ങൾ തലമു റകളെ സംഭ്രമിപ്പിച്ചു, സ്വാധീനിച്ചു, വെല്ലു വിളിച്ചു, പ്രചോദിതമാക്കി, രസിപ്പിച്ചു. പ്രകൃതിയുമായി ഇണങ്ങി ജീവിക്കുക എന്നതാണ് തന്റെ ജീവിതലക്ഷ്യം എന്ന ഭിപ്രായപ്പെട്ട സീനൊയുടെ മറ്റൊരു രസി

സീനൊ

കൻ പ്രസ്താവന ഇങ്ങനെയാണ്:– കൂടുതൽ കേൾക്കുവാനും കുറച്ചു

ബെർട്രാന്റ് റസ്സൽ

സംസാരിക്കുവാനും വേണ്ടിയാണത്രേ നമുക്ക് രണ്ടു ചെവിയും ഒരു വായും നൽകിയത്.

സീനോയെപ്പറ്റി ഒരിക്കലെങ്കിലും പരാമർശിക്കാത്ത ഗണിതശാസ്ത്രജ്ഞ ന്മാരോ തത്വചിന്തകരോ ഇതുവരെ ഉണ്ടാ യിട്ടില്ല എന്നുതന്നെ പറയാം. തത്വചിന്ത യുടെ പിതാവായിട്ടാണല്ലോ അരിസ്റ്റോട്ടിൽ അറിയപ്പെടുന്നത്. ഈ അരിസ്റ്റോട്ടിലിനെ വിമർശിക്കുകവഴിയാണ് സീനോ ശ്രദ്ധി ക്കപ്പെട്ടുതുടങ്ങിയത്. വാദപ്രതിവാദത്തി ലൂടെ ആശയം പ്രചരിപ്പിക്കുക ഗ്രീക്ക് തത്വജ്ഞാനികളുടെ ഒരു രീതിയായിരു ന്നു. സീനോയും ഇതേ മാർഗം സ്വീകരി ച്ചു. ഗണിത ശാസ്ത്രത്തിന്റെ ഭാഷയിൽ പ്രപഞ്ചത്തെ വ്യാഖ്യാനിക്കുക എന്നതായിരുന്നു അദ്ദേഹത്തിന്റെയും ലക്ഷ്യം.

അനന്തം, ശൂന്യം എന്നിവയെക്കുറിച്ച് വളരെ അവ്യക്തമായ ധാര ണകൾ മാത്രമുണ്ടായിരുന്ന ഒരു കാലഘട്ടത്തിലായിരുന്നു അദ്ദേഹം ജീവി ച്ചിരുന്നത്. പക്ഷേ, സീനോ കൈകാര്യം ചെയ്തതോ? ഈ വിഷയങ്ങളും. ഗണിത ശാസ്ത്രത്തിന്റെ അടിത്തറ ഇളക്കിപ്പണിയേണ്ടതുണ്ട് എന്ന് ആദ്യം പ്രകടമാക്കിയതും സീനോ തന്നെ.

വർഷങ്ങൾ കഴിഞ്ഞു. പത്തൊ ൻപതാം നൂറ്റാണ്ടിൽ ജർമൻ ഗണിത ശാസ്ത്രജ്ഞനായ ജോർജ് കാന്ററുടെ ഗവേഷണത്തോടെയാണ് സീനോ യുടെ പ്രസക്തി കൂടുതൽ ബോധ്യപ്പെ ട്ടുതുടങ്ങിയത്. കാലത്തിന്റെ കുതിച്ചു ചാട്ടത്തിൽ തെറിച്ചു പോകാതെ സീനോയുടെ തത്വങ്ങൾ നിലനിൽക്കു വാനുള്ള കാരണവും അതുതന്നെ. ഗണിതത്തിലെ അടിസ്ഥാന ആശയ മായ ഗണസിദ്ധാന്തത്തിന്റെ ഉപജ്ഞാ താവാണ് ജർമൻ ഗണിതജ്ഞനായ ജോർജ് കാന്റർ (1845–1918). 'അന ന്തങ്ങ'ളെക്കുറിച്ച അദ്ദേഹത്തിന്റെ പ്രമേയം പ്രശസ്തമാണ്. ബർട്രന്റ്

ജോർജ് കാന്റർ

റസ്സലിന്റെ പ്രാമാണികഗ്രന്ഥമായ 'പ്രിൻസിപിയ'യിൽ കാന്ററുടെ ഗവേ ഷണ ഫലങ്ങളെക്കുറിച്ച് ധാരാളം പരാമർശങ്ങളുണ്ട്. മാനസികപിരിമു

ഡേവിഡ് ഹിൽബർട്

റുക്കങ്ങളും സംഘടനങ്ങളും കൊണ്ട് ദുരിതപൂർണമായിരുന്നു അദ്ദേഹത്തിന്റെ അന്ത്യനാളുകൾ. കാന്റർ നിർമിച്ച 'സ്വർഗ'ത്തിൽ നിന്ന് ആരും നമ്മളെ ചവുട്ടി പുറ ത്താക്കില്ല എന്നാണ് ഡേവിഡ് ഹിൽബർട് (David Hilbert, 1862-1943) വിലയിരുത്തിയിരിക്കുന്നത്. 'സർവ സ്വതന്ത്രതയാണ് ഗണിത ത്തിന്റെ അന്തഃസത്ത' എന്ന് കാന്റർ വിശ്വസിച്ചു. ഇതുകൊണ്ടാ ക്കെയാവാം ഗണിത ധിഷണയുടെ ശുദ്ധവും ഉൽക്കൃഷ്ടവും ഉദാ ത്തവും ആയ ഫലവും മനുഷ്യന്റെ ശുദ്ധബൗദ്ധിക പ്രവർത്തനങ്ങ

ളുടെ പരമോന്നത നേട്ടങ്ങളിൽ ഒന്നും ആയി കാന്ററുടെ ഗവേഷണ പ്രവർത്തനങ്ങൾ വിലയിരുത്തപ്പെടുന്നതും.

തന്റെ സമകാലികരായ ഗണിതജ്ഞരോട് ഏതാനും വിഡ്ഢിച്ചോ ദ്യങ്ങൾ സീനൊ തൊടുത്തുവിട്ടു. അവയിൽ ഏറ്റവും രസകരമായ ഒരു ചോദ്യം ഇതാ:-

"രണ്ട് ഓട്ടക്കാർ. അവരിലൊരാൾക്ക് എപ്പോഴും മറ്റെ ആളേക്കാൾ വേഗം കുറവ്. വേഗം കുറഞ്ഞവൻ ഓട്ടം ആദ്യം തുടങ്ങിയാൽ വേഗം കൂടിയവന് ഒരിക്കലും ആദ്യത്തെ ഓട്ടക്കാരനുമുന്നിൽ എത്തുവാൻ സാധിക്കുകയില്ല. എന്തുകൊണ്ട്?"

അദ്ദേഹം, എന്തുകൊണ്ട് എന്നതിനുള്ള ഉത്തരവും നൽകുന്നു.

"വേഗത കുറഞ്ഞ ഓട്ടക്കാരൻ ഒരിടത്തുനിന്നു പോയശേഷമേ വേഗം കൂടിയവൻ അവിടെ എത്തുകയുള്ളൂ."

മാനിനേക്കാൾ വേഗമുള്ള കുട്ടി

ഇതേ ചോദ്യം തന്നെ അൽപ്പം ഭാവനാപരമായി അക്കിലിസിന്റെയും ആമയുടെയും ഓട്ടപ്പന്തയമായും അവതരിപ്പിക്കാറുണ്ട്. ഗ്രീക്ക് ദേവനായ അക്കിലിസ് അറിയപ്പെടുന്നതിൽ വച്ച് ഏറ്റവും വേഗം കൂടിയ ഓട്ടക്കാര നായി കണക്കാക്കപ്പെടുന്നു. ആറാമത്തെ വയസ്സിൽ ആൺമാനിനെ ഓട്ട ത്തിൽ പുറകിലാക്കിയവനാണ് അക്കിലിസ് എന്നും കഥയുണ്ട്.

ആമയുടെ പത്തിരട്ടി വേഗമുണ്ട് അക്കിലിസിന് എന്നിരിക്കട്ടെ. മൽസരം തുടങ്ങുമ്പോൾ അക്കിലിസിന് 1000 വാര മുന്നിൽ ആണ് ആമ എന്നുമിരിക്കട്ടെ. ഓട്ടപ്പന്തയത്തിൽ അക്കിലിസ് ആമയെ എപ്പോൾ പിന്നി ലാക്കും?

ആയിരം വാര ഓടി അക്കിലിസ് എത്തുമ്പോൾ ആമ ഇഴഞ്ഞിഴഞ്ഞ് നൂറുവാര മുന്നിൽ എത്തിയിരിക്കും. ഈ നൂറുവാര അക്കിലിസ് ഓടു

സീനോ പാരഡോക്സ്

മ്പോഴേക്കും പത്തുവാര ഇഴഞ്ഞ് ആമ അക്കിലിസിന്റെ തൊട്ടുമുന്നിലു ണ്ടായിരിക്കും. വീണ്ടും അക്കിലിസ് ഈ പത്തുവാര ഓടി എത്തുമ്പോ ഴേക്കും ആമ ഇഴഞ്ഞിഴഞ്ഞ് ഒരു വാര മുന്നിലുണ്ടാകും. അങ്ങനെ അങ്ങ നെ...എപ്പോൾ നോക്കിയാലും ആമയായിരിക്കും മുന്നിൽ. 'ഇങ്ങനെ തുടർന്നാൽ ആമ എപ്പോൾ പിന്നിൽ ആകും? എന്റെ വാദം തെറ്റാണോ?'- ഇതാണ് സീനോയുടെ ചോദ്യം.

എങ്ങനെയുണ്ട്? നിങ്ങൾ എന്തുപറയുന്നു?

ഗണിതപരമായി, ഓട്ടപ്പന്തയത്തിൽ, അക്കിലിസിന് ആമയുടെ തൊട്ട ടുത്ത് എത്തുവാൻ മാത്രമെ സാധിക്കൂ...ഒരിക്കലും മറികടക്കുവാൻ പറ്റു കയില്ല. ഒരു ഘട്ടത്തിൽ ആമ 1 വാര മുന്നിൽ, 1/10 വാര മുന്നിൽ, 1/100 വാര മുന്നിൽ...അങ്ങനെ അങ്ങനെയായിരിക്കും. ഒരു വാരയുടെ വളരെ വളരെ ചെറിയ അംശമെങ്കിലും പുറകിലായിരിക്കും അക്കിലിസ്.

കഴിഞ്ഞ രണ്ടായിരം വർഷങ്ങളായി ഈ പ്രശ്നത്തിന് ഒട്ടേറെ നിർധാരണങ്ങൾ ഉണ്ടായിട്ടുണ്ട്. പലതരം അഭിപ്രായങ്ങൾ. സീനോയുടെ ഈ ഗണിത പ്രശ്നത്തിന് മറ്റു പ്രാധാന്യങ്ങൾ ഒന്നുംതന്നെയില്ല എന്നു കരുതുക. എന്നിരുന്നാലും നിത്യേനയുള്ള ഒരു സംഭവം ഗണിത പ്രശ്ന മായി കൈകാര്യം ചെയ്യുമ്പോൾ ഉണ്ടാകുന്ന പ്രശ്നങ്ങളാണിത് കാണി ക്കുന്നത്. ഓട്ടപ്പന്തയത്തിൽ ഓരോ തവണയും അവ തമ്മിലുള്ള അന്തരം കുറഞ്ഞു കുറഞ്ഞു വരുന്നു എന്നു നമുക്കറിയാം. അളവില്ലാത്ത അത്ര ചെറുതാകും എന്നർഥം. അതായത് അളവില്ലാത്ത അത്ര ചെറിയ സംഖ്യ കളെ കൈകാര്യം ചെയ്യുന്നതുപോലെ ഈ പ്രശ്നവും ഗണിതപരമായി കൈകാര്യം ചെയ്യേണ്ടതായുണ്ട് എന്നുവരുന്നു.

ഇത്ര എണ്ണം ചെറിയ ചെറിയ ദൂരങ്ങൾ അല്ല, മറിച്ച് ഈ ഓട്ടം അവസാനംവരെ തുടർച്ചയായ, അനുസ്യൂതമായ ഒരു പ്രക്രിയയാണ് എന്നതാണ് ഇവിടെ ഓർക്കേണ്ടത്.

ഇതിനൊരു മറുവശമുണ്ട്. മനുഷ്യന്റെ സാമാന്യബുദ്ധി എന്നൊ ന്നിനെക്കുറിച്ചു കേട്ടിട്ടില്ലേ. ഇത്തരം സന്ദർഭങ്ങളിൽ, ആ സാമാന്യ ബുദ്ധി പ്രയോഗിക്കുകയാണ് ബുദ്ധി. വേഗം കൂടിയ ഓട്ടക്കാരൻ മുന്നിൽ എത്തു മെന്ന് നിത്യഅനുഭവങ്ങളിൽനിന്നു വ്യക്തമാണല്ലോ.

*   *   *   *

ജ്യാമിതി (ജ്യോമെട്രി)യെക്കുറിച്ച് കേട്ടിട്ടുണ്ടല്ലോ. ഗണിതത്തിന്റെ

ജ്യോമട്രിക്കൽ രൂപങ്ങൾ

തുടക്കംതന്നെ ജ്യാമിതിയിൽ നിന്നാണ് എന്നുപറയാം. ഭൂമിയുടെ അളവ് എന്നർഥംവരുന്ന വാക്കിൽ നിന്നാണ് ജ്യാമിതി എന്ന പേര്. നദീതടങ്ങ ളിലാണ് ജനജീവിതം വളർന്ന് സംസ്കാരങ്ങൾ ഉടലെടുത്തത് എന്നു നമുക്കറിയാം. പുരാതന ഈജിപ്ത്ഷ്യൻ സംസ്കാരത്തിന്റെ വളർച്ചയും അങ്ങനെ തന്നെയായിരുന്നു. നൈൽ നദീതീരത്ത് അവർ താവളമടിച്ചു. അവിടെ കൃഷിചെയ്ത് സൈ്വര്യമായി ജീവിതം നയിച്ചു. പക്ഷേ, പ്രകൃ തിക്ഷോഭത്താൽ, നദിയിൽ വെള്ളപ്പൊക്കം ഉണ്ടായപ്പോൾ, കൃഷി ഭൂമി

നശിച്ചു. ഓരോരുത്തർ കൃഷി ചെയ്തിരുന്ന കൃഷി സ്ഥലത്തിന്റെ അതി
രുകൾ നഷ്ടമായി. കൃഷിചെയ്യുവാനും മറ്റുമായി ഭൂമി അളന്നു തിട്ടപ്പെ
ടുത്തുകയയും വീണ്ടും അതളക്കുകയും അവർക്ക് ആവശ്യമായി വന്നു.
അതായത് 'ഭൂമിയുടെ അളവ്' എന്ന ആശയത്തിൽനിന്നാണ് ജ്യാമിതി
നിലവിൽ വന്നത്. കൃഷി സ്ഥലങ്ങളുടെ അതിരുകൾ നേർരേഖകളായാ
ണല്ലോ സാധാരണ ഉണ്ടാകുക. അങ്ങനെ പുരാതന ഈജിപ്തുകാർ
നേർരേഖകൾ അടക്കം ചെയ്യുന്ന കൃഷി സ്ഥലത്തിന്റെ വിസ്തൃതി അള
ക്കുവാൻ പഠിച്ചു.

"ക്ഷേത്രഗണിതം പഠിക്കുവാനായി ഏതെങ്കിലും കുറുക്കുവഴിക
ളുണ്ടോ?"

ജ്യാമിതിയുടെ പിതാവ് എന്നറിയപ്പെടുന്ന യൂക്ളിഡിനോട് ടോളമി
ചക്രവർത്തി ഒരിക്കൽ ചോദിച്ചുവത്രെ. ഉത്തരം എന്തായിരുന്നുവെന്നോ:

"ഗണിത ശാസ്ത്രത്തിലേക്ക് രാജപാതകൾ ഒന്നുമില്ല തിരുമേനി."

കാലം കഴിഞ്ഞുപോയി നേർരേഖകളെക്കുറിച്ചും വൃത്തത്തെക്കു
റിച്ചും ഒക്കെയുള്ള പഠനത്തിൽ അവിടുത്തെ തത്വചിന്തകരും തൽപ്പര
രായി. അതായത് ജ്യാമിതി സൈദ്ധാന്തികവും പ്രായോഗികവും ആയി
ത്തീർന്നു. നേർവക്ക് അഥവാ റൂളറും കോമ്പസ്സും മാത്രമുപയോഗിച്ച്
ജ്യാമിതിയിലെ വിധികൾ അനുസരിച്ച് പ്രശ്നങ്ങൾ നിർധാരണം ചെയ്യു
ന്നതിലായി തത്വചിന്തകരുടെ താൽപ്പര്യം.

അവരുടെ മുന്നിൽ ഒരു കീറാമുട്ടി വന്നുപെട്ടു. ഏതു രീതിയിൽ
ശ്രമിച്ചാലും നിർധാരണം ചെയ്യുവാൻ സാധിക്കാത്ത ഒരു ഗണിത പ്രശ്നം.
തന്നിരിക്കുന്ന സമചതുരക്കട്ട (ക്യൂബ്)യുടെ കൃത്യം രണ്ടിരട്ടി വലിയ
സമചതുരക്കട്ട നിർമിക്കണം- ഇതാണ് പ്രശ്നം. റൂളറും കോമ്പസ്സും
വച്ചേ ഇത് ചെയ്യാവൂ താനും. എങ്ങനെയാണ് ഈ പ്രശ്നം ഉണ്ടായത്
എന്നല്ലേ. അതിനുമുണ്ട് ഒരു കഥ.

ശവക്കല്ലറ

രാജാവിന്റെ കൊച്ചുമകൻ എലിയെയോ മറ്റോ പിടിക്കുവാനായി
ഓടുന്നതിനിടയ്ക്ക് തേൻ നിറച്ചിരുന്ന വലിയ പാത്രത്തിലോ മറ്റോ വീണ്
മരിച്ചുവത്രെ. ഏതു രീതിയിലായാലും മരിച്ചു എന്നത് ഒരു വസ്തുത.
കൊച്ചു രാജകുമാരനെ രാജകീയമായി അടക്കം ചെയ്യണമല്ലോ. രാജാ
വാണെങ്കിൽ ദുഃഖത്തിലും. വേണ്ടപ്പെട്ടവർ ശവക്കല്ലറയുണ്ടാക്കി,
ക്യൂബിന്റെ ആകൃതിയിലുള്ള കല്ലറവേണം എന്നായിരുന്നു രാജാവിന്റെ
നിർദ്ദേശം. എല്ലാം ശരിയാക്കി. രാജാവ് ചെന്നുനോക്കിയപ്പോൾ തികച്ചും
അതൃപ്തനായി. രാജകുമാരന്റെ ശവക്കല്ലറ ഇത്ര ചെറുതോ? പണി
തീർന്ന കല്ലറയുടെ ഇരട്ടി വലിപ്പത്തിലുള്ള കല്ലറ തയ്യാറാക്കൂ എന്നുപ
റഞ്ഞ് രാജാവ് കൊട്ടാരത്തിലെ സ്വന്തം മുറിയിൽചെന്ന് വിഷാദമൂകനായി
ഇരുന്നു.

ഓരോ വക്കിന്റെയും നീളം ഇരട്ടിയാക്കിക്കൊണ്ട് കല്ലറ തീർക്കു

വാൻ അവർ പരിപാടിയിട്ടു. അന്നേരം ആദ്യകല്ലറയുടെ എട്ടുമടങ്ങ് വ്യാപ്തത്തിലുള്ള ഒരു കല്ലറയായിരിക്കും ഉയർന്നുവരിക എന്ന് കൂട്ട ത്തിലൊരാൾ തിരുത്തി. അതുകൊണ്ട് രാജാവിന്റെ ആഗ്രഹം സഫല മാകുകയില്ലല്ലോ. മന്ത്രിമാരും മറ്റും തലപുകഞ്ഞ് ആലോചിച്ചു. ഒരു പോംവഴിയും കാണുന്നില്ല.

തന്നിരിക്കുന്ന ഒരു ക്യൂബിന്റെ കൃത്യം ഇരട്ടി വ്യാപ്തമുള്ള ഒരു ക്യൂബ് നിർമ്മിക്കുക എന്നത് രാജസന്നിധിയിലെ വലിയ പ്രശ്നമായി ത്തീർന്നു. ലഭ്യമായ തലമൂത്ത ബുദ്ധിജീവികളെ എല്ലാം വിളിച്ചുവരുത്തി ഈ പ്രശ്നം അവതരിപ്പിച്ചു. പക്ഷേ, തൃപ്തികരമായ ഒരൊറ്റ ഉത്തരം പോലും കിട്ടിയില്ല. രാജകുമാരന്റെ ശവക്കല്ലറ മാറ്റി പണിചെയ്തോ ഇല്ലയോ എന്നകാര്യം അറിയില്ല. ആ കഥയിൽ നമുക്കു താൽപ്പര്യവും ഇല്ല.

പക്ഷേ, അന്നുമുതൽ ഈ പ്രശ്നം നിലനിൽക്കുന്നു. ക്യൂബിനെ ഇരട്ടിക്കുക എന്ന ഗണിതപ്രശ്നം.

ദൈവത്തിനുകോപം വന്നു

ഈ പ്രശ്നത്തോട് ബന്ധപ്പെട്ട മറ്റൊരു കഥ കൂടിയുണ്ട്. പുരാ തന ഗ്രീസിലെ ഒരു നഗരമാണ് ഡെൽഫി. തങ്ങളുടെ ദൈവങ്ങൾക്കെല്ലാം അപാരശക്തിയുണ്ടെന്നും ലോകത്തു നടക്കുന്ന ഏത് കാര്യവും ഏതെ ങ്കിലും ഒരു ദൈവത്തിന്റെ ഇംഗിതപ്രകാരമായിരിക്കുമെന്നും അവർ വിശ്വ സിച്ചിരുന്നു. ഉദാഹരണമായി കുറ്റം ചെയ്തവരെ ശിക്ഷിക്കുവാനായി പ്ലേഗ് തുടങ്ങിയ പകർച്ചവ്യാധികളുടെ വിത്തുകൾ അപ്പോളോ എന്ന ദൈവം 'വിതച്ചിരുന്നു' എന്നവർ വിശ്വസിച്ചു. ഇത്തരം അസുഖങ്ങളിൽ നിന്ന് മോചനം വേണമെങ്കിൽ ഈ ദൈവങ്ങൾ തന്നെ മുൻകൈ എടു ക്കണമെന്നും അവർ വിശ്വസിച്ചുപോന്നു.

അങ്ങനെ ഇരിക്കെ മാരകമായ ഒരു പകർച്ചവ്യാധി അവിടെ പടർന്നു പിടിച്ചു. അപ്പോളോ അതൃപ്തനാകയാലാണ് ഇങ്ങനെ ഒരു അവസ്ഥ വന്നുപെട്ടത് എന്നവർ ധരിച്ചു. അതിനാൽ അപ്പോളോവിനെ എങ്ങനെ തൃപ്തിപ്പെടുത്തണം എന്നായി ചിന്ത. ഓരോ ദൈവത്തിനും ഒരു അമ്പ ലവും അവിടെ ഒരു പൂജാരിയും ഉണ്ടായിരുന്നു. ഈ പൂജാരിവഴി ദൈവം ജനങ്ങളെ കാര്യങ്ങൾ അതതു സമയത്ത് അറിയിച്ചുകൊണ്ടിരുന്നു. പല സന്ദർഭങ്ങളിലും ഈ പൂജാരിയെ 'വെളിച്ചപ്പാട്' എന്നുപറഞ്ഞുപോന്നു.

അങ്ങനെ പ്ലേഗിൽനിന്ന് വിമുക്തരാകുവാൻ ഒരു സംഘം ഡെൽഫി യിലുള്ള അപ്പോളോയുടെ അമ്പലത്തിൽ എത്തി. അവിടത്തെ പൂജാരി ഒരു സ്ത്രീയായിരുന്നു. അവർ, തങ്ങളുടെ പ്രശ്നം ഈ സ്ത്രീവഴി ദൈവത്തെ അറിയിച്ചു. അവസാനം ഭഗവാന്റെ ഇംഗിതം അറിഞ്ഞു. എന്താണ് അതെന്നല്ലേ? ഇപ്പോഴുള്ള ബലിപീഠത്തിന്റെ അതേ ആകൃ തിയിൽതന്നെ അതിന്റെ ഇരട്ടിവലുപ്പമുള്ള മറ്റൊന്ന് അവിടെത്തന്നെ ഉണ്ടാക്കുക. എങ്കിൽ നാട്ടിലെ ജനങ്ങൾ പ്ലേഗിന്റെ ആക്രമണത്തിൽനിന്ന്

മുക്തരാകും. നിലവിലുള്ള ബലിപീഠം (ആൾത്താര) ഒരു ക്യൂബിന്റെ ആകൃതിയിൽ ആയിരുന്നു.

മരുന്ന്—ജ്യാമിതി

അതായത് തന്നിരിക്കുന്ന ക്യൂബിനെ ഇരട്ടിപ്പിക്കുക എന്ന ഗണിത പ്രശ്നം പൊന്തിവന്നു. എത്ര ആലോചിച്ചിട്ടും അതിനൊരു ഉത്തരം കണ്ടെ ത്തുവാൻ അവർക്ക് കഴിഞ്ഞില്ല. അതിനാൽ അന്ന് ജീവിച്ചിരിക്കുന്നവ രിൽ ഏറ്റവും ബുദ്ധിമാനായ പ്ലേറ്റോയുടെ അടുത്തെത്തി അവർ. ഈ പ്രശ്നം കേട്ട് പ്ലേറ്റോ ആലോചിച്ചിരുന്നു. പെട്ടെന്ന് എങ്ങനെ ഒരുവഴി പറഞ്ഞുകൊടുക്കുവാൻ പറ്റും? അവസാനം പ്ലേറ്റോ ഇപ്രകാരം പറഞ്ഞു എന്നാണ് കഥ:-

"നിലവിലുള്ള ആൾത്താരയുടെ ഇരട്ടിവരുന്ന ഒന്ന് പണിയണമെന്ന് ദൈവം കരുതുന്നില്ല. മുമ്പെന്നത്തേയുംകാൾ ഗൗരവത്തോടെ നിങ്ങൾ ജ്യാമിതി പഠിക്കണം എന്നാണ് വെളിച്ചപ്പാടിലൂടെ ദൈവം അറിയിച്ചത്."

എങ്ങനെയുണ്ട് പ്രശ്നവും ഉത്തരവും?

"ഇരുട്ടിനെ ഭയക്കുന്ന കുട്ടിയെ നമുക്ക് മാപ്പാക്കാം. മുതിർന്നവർ വെളിച്ചം ഭയക്കുന്ന അവസ്ഥയാണ് യഥാർത്ഥ ദുരന്തം" എന്നത് പ്ലാറ്റോ യുടെ കുസൃതിനിറഞ്ഞ നിരീക്ഷണം ആണ്. പ്ലാറ്റോയും ഗുരുവായ സോക്രട്ടീസും ശിഷ്യനായ അരിസ്റ്റോട്ടിലും ചേർന്നാണ് 'പാശ്ചാത്തിക' സംസ്കാരത്തിന് ദാർശനിക അടിത്തറ നൽകിയത്. ഗണിതജ്ഞൻ ഗ്രന്ഥകർത്താവ് ഏഥൻസിലെ അതിപ്രശസ്തമായ 'അക്കാദമി'യുടെ സ്ഥാപകൻ തുടങ്ങി പ്ലാറ്റോക്കുള്ള വിശേഷണങ്ങൾ ഏറെയാണ്. പ്ലാറ്റോ യുടെ കുസൃതി നിറഞ്ഞ എന്നാൽ അർഥപൂർണമായ മറ്റൊരു പ്രസ്താ വന ഇതാ ഇങ്ങനെ:- 'ചിലതു പറയുവാൻ ഉള്ളതുകൊണ്ട്' ബുദ്ധിമാനും 'പറയുവാൻ ചിലത് ഉള്ളതുകൊണ്ട്' വിഡ്ഢിയും സംസാരിക്കുന്നു.

13

ശാസ്ത്രജ്ഞന്മാരെ കളിപ്പിച്ച രാജാവ്

ഇതും ഒരു പഴയകഥയാണ്. ചാൾസ് രണ്ടാമൻ എന്ന രാജാവ് ഇംഗ്ലണ്ട് ഭരിച്ചിരുന്നകാലം. ഭരണപരമായ കാര്യങ്ങളിൽ പ്രതിസന്ധി വരുമ്പോഴും മറ്റും രാജാക്കന്മാർ ശാസ്ത്രജ്ഞരായ ബുദ്ധിജീവികളെ വിളിച്ച് അവരെ അലട്ടുന്ന പ്രശ്നങ്ങൾ ചർച്ചചെയ്തിരുന്നു. ഒട്ടേറെ സന്ദർഭങ്ങളിൽ രാജ്യത്തെ രക്ഷിക്കുന്ന കാര്യത്തിൽ അതതു കാലഘട്ട ങ്ങളിലെ ബുദ്ധിജീവികൾ നല്ല പങ്കുവഹിക്കുകയും ചെയ്തുപോന്നു.

മറ്റുചില ഘട്ടങ്ങളിൽ ബുദ്ധിജീവികളുടെ 'ബുദ്ധി' പരീക്ഷിച്ച സംഭ വങ്ങളും ഉണ്ടായിട്ടുണ്ട്.

ചാൾസ് രണ്ടാമനായിരുന്നു രാജാവ് എന്നുപറഞ്ഞുവല്ലോ. ശാസ്ത്ര കാര്യങ്ങളിൽ പൊതുവെ തൽപ്പരനായിരുന്നു ഇദ്ദേഹം. പ്രത്യേകിച്ചും വെള്ളത്തിലൂടെയുള്ള ഗതാഗത്തിൽ. കപ്പൽ ഉണ്ടാക്കേണ്ടത് ഏതു തരം മരം ഉപയോഗിച്ചാണെന്നും അതിന്റെ ആകൃതിയിൽ എന്തൊക്കെ മാറ്റം വരുത്തിയാലാണ് ഏറ്റവും മെച്ചപ്പെട്ട ഫലം കിട്ടുകയെന്നും മറ്റു മുള്ള മണ്ഡലങ്ങളിൽ ഇദ്ദേഹം പ്രത്യേകം താൽപ്പര്യം പ്രകടിപ്പിച്ചു പോന്നു. വെള്ളത്തിൽ പൊങ്ങിക്കിടക്കുന്ന വസ്തുക്കളെക്കുറിച്ച് പഠന ത്തിലുള്ള രാജാവിന്റെ താൽപ്പര്യം കാണിക്കുന്നതാണ് ഇവിടെ പറയു വാൻ പോകുന്നകഥ.

ശാസ്ത്രജ്ഞരുടെ സംഘടനയായ റോയൽ സൊസൈറ്റിയിലെ അംഗങ്ങൾ ഒരുമിച്ചുകൂടിയ സമയം. അവരെ അഭിസംബോധന ചെയ്ത് ചാൾസ് രാജാവ് സംസാരിക്കുകയായിരുന്നു. അവസാനം രാജാവ് അവർക്ക് ഒരു പ്രശ്നം ഇട്ടുകൊടുത്തു. അത് ഇപ്രകാരമായിരുന്നു:-

"ഒരു ബേസിൻ വെള്ളമുണ്ട്. അതിന്റെ ഭാരം നോക്കുക. ജീവ നുള്ള ഒരു മത്സ്യം ആ ബേസിനിൽ ഇടുക. വീണ്ടും തൂക്കം നോക്കുക.

ഭാരവ്യത്യാസം കാണുന്നില്ല. മത്സ്യം പുറത്തെടുത്ത് അതിനെ കൊന്ന് ബേസിനിലെ വെള്ളത്തിൽ ഇടുക. വീണ്ടും തൂക്കുക. ഭാരം വർധിക്കു ന്നതായി കാണാം. ഭാരവർധനവ് ചത്ത മത്സ്യത്തിന്റെ തൂക്കത്തിനു തുല്യ മാകുന്നതായും കാണുന്നു. എന്താണ് ഇതിനുകാരണം?"

ആർക്കിമിഡിസിന്റെ ഉദാഹരണം പലർക്കും ഓർമവന്നു. പലരും ചിന്തിച്ച് കാടുകയറി. പക്ഷേ, ഒരുത്തരം മാത്രം കിട്ടുന്നില്ല. ഞാൻ തന്നെ ആദ്യം എന്നായി രഹസ്യമായ ചിന്ത. രാജാവിന്റെ മുന്നിൽ മിടുക്കനാകു ന്നതല്ലേ? പക്ഷേ, തക്കതായ ഒരുത്തരം ആരും പൊടുന്നനെ നൽകുന്ന ലക്ഷണമില്ലെന്ന് രാജാവിന് മനസ്സിലായി.

സമയം കുറെ കഴിഞ്ഞു. ഒരാൾക്ക് ഒരു ബുദ്ധിതോന്നി. അതും ഇതും പറഞ്ഞും ആലോചിച്ചും എന്തിന് സമയം കളയുന്നു. 'എന്തു കൊണ്ട്' സംഭവിക്കുന്നു എന്നാലോചിക്കുന്നതിനുപകരം യഥാർഥത്തിൽ അങ്ങനെ 'സംഭവിക്കുന്നു'ണ്ടോ എന്നുനോക്കാം എന്നായി. ബേസിനിലെ വെള്ളത്തിലെ ചത്തമീനും ജീവനുള്ള മീനും തമ്മിൽ ഭാരവ്യത്യാസ മുണ്ടോ എന്നുതന്നെ ആദ്യം നോക്കാം എന്നായി.

ഇത്തരമൊരു അഭിപ്രായം കുറെ കടന്നകൈ ആയിപ്പോയി എന്നായി മറ്റു ശാസ്ത്രജ്ഞന്മാർക്ക്. രാജാവ് പറഞ്ഞ അഭിപ്രായം ചോദ്യം ചെയ്യുകയോ? അദ്ദേഹത്തിന് തെറ്റുപറ്റുക അസാധ്യം. ഇത്തര ത്തിൽ, കൂടെയുള്ള ശാസ്ത്രജ്ഞന്മാർ ചിന്തിച്ചത് രാജ്യദ്രോഹത്തിന് തുല്യമാണ് എന്നുവരെ കൂട്ടത്തിലെ ഒരാൾ അഭിപ്രായപ്പെട്ടു. രാജാവ് പറഞ്ഞത് വാസ്തവമാണെന്നും ഇക്കാര്യം തങ്ങൾക്കറിയാമായിരുന്നു എന്നും അതിനുള്ള കാരണം എന്തായിരിക്കാം എന്ന ചിന്തയിലാണ് കുറെ നാളുകളായി തങ്ങൾ എന്നും ചില ശാസ്ത്രജ്ഞർ തട്ടിവിട്ടു.

സമ്മേളന സ്ഥലത്ത് അതിശയകരമായ അഭിപ്രായപ്രകടനങ്ങൾ പൊന്തിവന്നു. പക്ഷേ, ഒരു പരീക്ഷ നടത്തിനോക്കാം എന്നുപറഞ്ഞ ശാസ്ത്രജ്ഞൻ, പേടിച്ച് മാറിയില്ല. ധൈര്യത്തോടെ അദ്ദേഹം പറഞ്ഞു: "കാര്യം എന്തൊക്കെയായാലും നമുക്കിതൊന്ന് പരീക്ഷിച്ചുനോക്കാം. എന്നിട്ടാവാം മുന്നോട്ടുള്ള മറ്റു പരിപാടികൾ."

അവസാനം ബേസിനും വെള്ളവും മത്സ്യവും കൊണ്ടുവന്നു. ബേസിനിൽ വെള്ളമൊഴിച്ച് അത് തൂക്കി. എല്ലാവരും ശ്വാസംപിടിച്ചു കൊണ്ടുനിന്നു. ജീവനുള്ള മത്സ്യം വെള്ളത്തിലിട്ടു. ബേസിന്റെ ഭാരം നോക്കി. തൂക്കം വർധിച്ചതായി എല്ലാവർക്കും ബോധ്യമായി. പിന്നീട് ജീവനുള്ള മത്സ്യം പുറത്തെടുത്തു. കുറച്ചുകഴിഞ്ഞപ്പോൾ അത് ചത്തു. പിന്നീട് ബേസിനിലെ വെള്ളത്തിൽ ഈ ചത്ത മത്സ്യം ഇട്ടു വീണ്ടും തൂക്കിനോക്കി. അന്നേരം ജീവനുള്ള മത്സ്യം ബേസിനിലുണ്ടായിരുന്ന പ്പോൾ എത്ര ഭാരമുണ്ടായിരുന്നുവോ അത്രതന്നെ ഭാരം ചത്ത മീനിന് ഇപ്പോഴും ഉണ്ട് എന്ന് ബോധ്യമായി.

അപ്പോഴാണ് ചാൾസ് രാജാവ് തങ്ങളെ മാന്യമായ രീതിയിൽ കളി യാക്കിയ വിവരം അവർക്കു ബോധ്യപ്പെട്ടത്.

ഇക്കഥ കേൾക്കുവാൻ രസമുണ്ട്. പരീക്ഷണം ചെയ്തുനോക്കി മാത്രം വസ്തുതകൾ എന്തെന്നു മനസ്സിലാക്കുക എന്ന ശാസ്ത്രീയ ഗുണപാഠവും ഇതിൽ അടങ്ങിയിരിക്കുന്നു. പക്ഷേ, ഇത്തരമൊരു സംഭവം നടന്നതായി യാതൊരു തെളിവുകളും ഇല്ല. റോയൽ സൊസൈറ്റിയിൽ അംഗത്വം ലഭിക്കാതെ പോയ ശാസ്ത്രജ്ഞർ സൊസൈറ്റിയെ താറടിച്ചു കാണിക്കുവാൻ പറഞ്ഞുപരത്തിയ ഒട്ടേറെ കഥകളുടെ കൂട്ടത്തിലാണ് ഇക്കഥയും എന്ന് പരക്കെ വിശ്വസിക്കപ്പെടുന്നു.

ഇതിനുസമാനമായ മറ്റൊരു മത്സ്യക്കഥയും പ്രചാരത്തിലുണ്ട്. ലൂയി പതിമൂന്നാമൻ ഫ്രാൻസിലെ രാജാവായിരുന്ന കാലം. ശാസ്ത്രജ്ഞരുടെ വേദിയിലേക്ക് അദ്ദേഹം ഒരു ചോദ്യം തൊടുത്തുവിട്ടു. അതിങ്ങനെയായിരുന്നു:- ഒരു പാത്രത്തിൽ നിറയെ വെള്ളമുണ്ട്. അതായത് തുളുമ്പി നിൽക്കുന്നു. അതിലേക്ക് ജീവനുള്ള ഒരു മത്സ്യം ഇട്ടപ്പോൾ കുറച്ചുവെള്ളം പുറത്തേക്കുപോയി. മത്സ്യത്തെ പുറത്തെടുത്ത് പുറത്തേക്കൊഴുകിയ അത്രവെള്ളം ബേസിനിൽ വീണ്ടും ഒഴിച്ചു. അതേ മത്സ്യം ചത്തപ്പോൾ അത് ഈ ബേസിനിലെ വെള്ളത്തിൽ ഇട്ടു. ഒരു തുള്ളി വെള്ളം പുറത്തുപോയില്ല. എന്താണിതിന് കാരണം എന്നായിരുന്നു ലൂയി പതിമൂന്നാമന്റെ ചോദ്യം.

മുൻകഥയിലേതുപോലെ ശാസ്ത്രജ്ഞർ ആലോചിച്ച് ആലോചിച്ച് കാടുകയറി. അവസാനം തോട്ടക്കാരനെവിട്ട് ബക്കറ്റും വെള്ളവും മത്സ്യവും വരുത്തി പരീക്ഷണം നടത്തിനോക്കി. അങ്ങനെയാണ് മീൻ ചത്താലും ജീവനുള്ളതായാലും തുളുമ്പിനിറഞ്ഞ വെള്ളമുള്ള പാത്രത്തിൽ അതിട്ടാൽ വെള്ളം പുറത്തുപോകും എന്ന ശാസ്ത്രസത്യം അവർക്ക് ബോധ്യമായത്.

രാജാക്കന്മാരെയും ശാസ്ത്രജ്ഞരെയും ബന്ധപ്പെടുത്തി ഇത്തരത്തിൽ ഒട്ടേറെ കഥകളുണ്ട്.

Printed by Libri Plureos GmbH in Hamburg, Germany